Tiếng Việt

越南語，初級
越說越上口！

裴氏越河　著

適用程度

用「聽」和「說」，讓你越南語，越說越上口！

在臺灣有許多越南語學習書，每一本都有其特色，而《越南語，越說越上口！〈初級〉》的特色正是「聽」和「說」。

本書從開始編寫教材、實際教學試用、修改到出版歷經五年的時間，期間透過學員反饋及同事提供寶貴意見，才有今日此書的問世。相信如此用心的一本書，能更滿足以越南語為第二外語的臺灣學習者。

全書共有10課，內容皆針對初級程度的學習者而編寫，不僅呈現日常生活用語，還包含經商、旅遊等主題會話及生詞。同時提供「聽」、「說」、「讀」、「寫」多元的學習方式，尤其是初學者最需要多練習的「聽」與「說」。撇開繁雜的解說，本書將發音、文法、單字等整理成一目了然的表格，期盼能帶你輕鬆融入越南語學習。

每一課的學習結構如下：

1. 基礎發音：詳細說明並比較越南語基本發音規則，點出越南語各種子音與母音發音的不同處並有發音練習，能有效且快速地幫助學習者學好發音。

2. 實用會話：運用詢問國籍、機場登機、銀行辦事、叫車問路、餐廳用餐、商場購物等有趣且多元的場景，帶領學習者進入越南語環境。

3. 語法解說：用簡單易懂的說明，一目了然的表格，一看就懂的公式，搭配例句與相關單字，讓學習者不僅能夠理解語法結構，更能培養聽、說能力。

4. 多元練習：本書練習題最大的特色，就是透過「看圖說話」及「對話聽力練習」，協助學習者輕鬆地提升能說、能聽的實力。

最後，感謝阮蓮香老師、阮清華老師熱心協助我完成這本《越南語，越說越上口！〈初級〉》。而更要感謝的，是讀者選讀了本書。

Bùi Thị Việt Hà

裴氏越河

Làm thế nào để sử dụng cuốn sách này 如何使用本書

　　《越南語，越說越上口！〈初級1〉》是專為零基礎的越南語學習者量身打造的學習書，全書不僅帶您學習越南語的發音，還透過20則會話學習生詞、語法，更有練習題檢測學習成果。

　　每課學習內容如下：

基礎發音

運用一目了然的表格，帶您輕鬆學習發音，開口就能說！

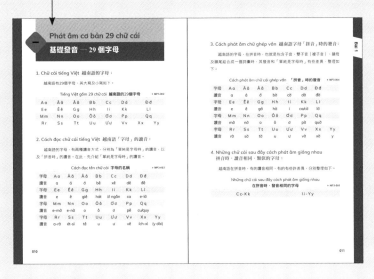

實用會話

　　進入會話前，先掌握生詞，再進入會話，學習更有效率！

生詞　將生詞整理成表，完全掌握！

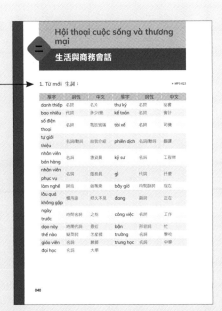

如何使用本書

會話 透過輕鬆且有趣的多元場景，帶領您進入越南語環境！

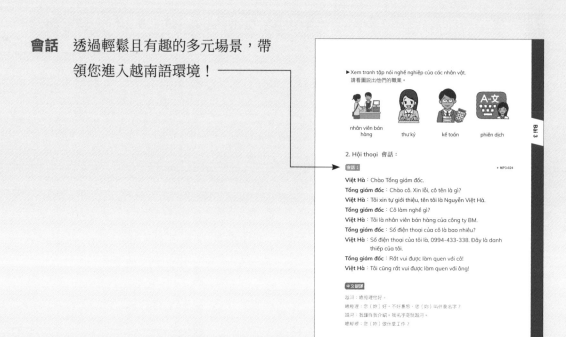

▶ Xem tranh tập nói nghề nghiệp của các nhân vật.
Hãy xem tranh và nói ra nghề nghiệp của họ.

nhân viên bán hàng　　thư ký　　kế toán　　phiên dịch

2. Hội thoại 會話:

會話 1　　▶ MP3-024

Việt Hà：Chào Tổng giám đốc.
Tổng giám đốc：Chào cô. Xin lỗi, cô tên là gì?
Việt Hà：Tôi xin tự giới thiệu, tên tôi là Nguyễn Việt Hà.
Tổng giám đốc：Cô làm nghề gì?
Việt Hà：Tôi là nhân viên bán hàng của công ty BM.
Tổng giám đốc：Số điện thoại của cô là bao nhiêu?
Việt Hà：Số điện thoại của tôi là, 0994-433-338. Đây là danh thiếp của tôi.
Tổng giám đốc：Rất vui được làm quen với cô!
Việt Hà：Tôi cũng rất vui được làm quen với ông!

中文翻譯
越河：總經理您好。
總經理：您〔妳〕好。不好意思，您〔妳〕叫什麼名字？
越河：我讓自我介紹。我名字是阮越河。
總經理：您〔妳〕做什麼工作？

041

語法解說

運用明快的說明，一看就懂的公式，搭配例句與相關單字，讓您迅速理解語法！

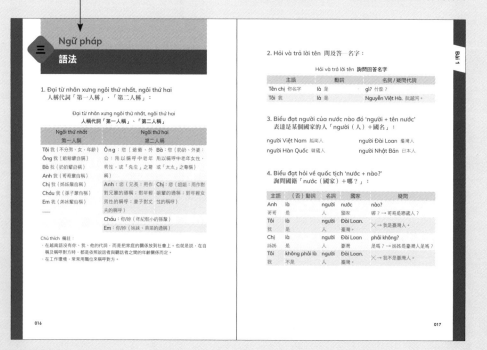

☰ Ngữ pháp
語法

1. Đại từ nhân xưng ngôi thứ nhất, ngôi thứ hai
人稱代詞「第一人稱」、「第二人稱」:

Đại từ nhân xưng ngôi thứ nhất, ngôi thứ hai
人稱代詞「第一人稱」、「第二人稱」

Ngôi thứ nhất 第一人稱	Ngôi thứ hai 第二人稱
Tôi 我（不分男、女、年齡）	Ông 您（爺爺、外公）　Bà 您（奶奶、外婆；男性：讀「先生」之尊 或「太太」之尊稱）
Ông 我（爺爺聲自稱）	
Bà 我（奶奶聲自稱）	
Anh 我（哥哥聲自稱）	
Chị 我（姊姊聲自稱）	Anh 您（兄長：用作對兄弟的通稱：對年輕 男性的稱呼）　Chị 您（姊姊：用作對 姊輩的通稱：對年輕女性的稱呼）
Cháu 我（孫子聲自稱）	
Em 我（弟妹聲自稱）	Cháu 你/妳（年紀較小的孫輩）
……	Em 你/妳（妹妹、弟弟的通稱）

Chú thích 備註:
· 在越南語沒有你、我、他的代詞，而是把家庭的關係放到社會上。也就是說，在自
稱及稱呼對方時，都是依照說話者與聽話者之間的年齡關係而定。
· 在工作環境，常業用職位來稱呼對方。

016

2. Hỏi và trả lời tên 問及答一名字:

Hỏi và trả lời tên 詢問回答名字

主語	動詞	名詞／疑問代詞
Tên chị 你名字	là 是	gì? 什麼?
Tôi 我	là 是	Nguyễn Việt Hà. 阮越河。

3. Biểu đạt người của nước nào đó 'người + tên nước'
表達是某個國家的人「người（人）+ 國名」:

người Việt Nam 越南人　　người Đài Loan 臺灣人
người Hàn Quốc 韓國人　　người Nhật Bản 日本人

4. Biểu đạt hỏi về quốc tịch 'nước + nào?'
詢問國籍「nước（國家）+ 哪?」:

主語	（否）動詞	名詞	國家	疑問
Anh 哥哥	là 是	người 人	nước 國家	nào? 哪? → 哥哥是哪國人?
Tôi 我	là 是	người 人	Đài Loan. 臺灣	→ 我是臺灣人。
Chị 姊姊	là 是	người 人	Đài Loan 臺灣	phải không? 是嗎? → 姊姊是臺灣人是嗎?
Tôi 我	không phải là 不是	người 人	Đài Loan. 臺灣	→ 我不是臺灣人。

017

004

多元練習

透過「看圖說話」及「對話聽力練習」，協助學習者輕鬆地提升能說、能聽的實力。

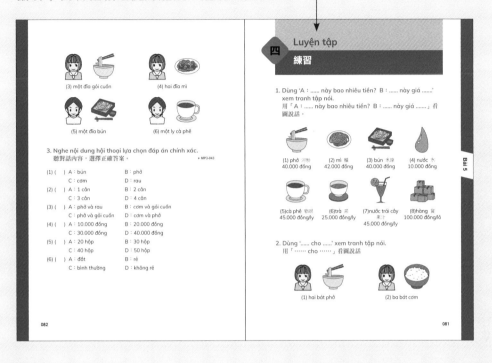

（3）một đĩa gỏi cuốn　（4）hai đĩa mì

（5）một đĩa bún　（6）một ly cà phê

3. Nghe nội dung hội thoại lựa chọn đáp án chính xác.
   聽對話內容，選擇正確答案。　» MP3-043

(1) (　) A：bún　　　　　B：phở
　　　　 C：cơm　　　　　D：rau
(2) (　) A：1 cân　　　　 B：2 cân
　　　　 C：3 cân　　　　 D：4 cân
(3) (　) A：phở và rau　　B：cơm và gỏi cuốn
　　　　 C：phở và gỏi cuốn　D：cơm và phở
(4) (　) A：10.000 đồng　B：20.000 đồng
　　　　 C：30.000 đồng　D：40.000 đồng
(5) (　) A：20 hộp　　　 B：30 hộp
　　　　 C：40 hộp　　　 D：50 hộp
(6) (　) A：đắt　　　　　B：rẻ
　　　　 C：bình thường　D：không rẻ

082

四　Luyện tập
　　練習

1. Dùng 'A：...... này bao nhiêu tiền? B：...... này giá ....'
   xem tranh tập nói.
   用「A：...... này bao nhiêu tiền? B：...... này giá ......」看
   圖說話。

(1) phở 河粉　（2）mì 麵　（3）bún 米粉　（4）nước 水
40.000 đồng　42.000 đồng　40.000 đồng　10.000 đồng

(5)cà phê 咖啡　（6）trà 茶　（7）nước trái cây　（8）hàng 貨
45.000 đồng/ly　25.000 đồng/ly　果汁　100.000 đồng/lô
　　　　　　　　　　　　　　45.000 đồng/ly

2. Dùng '...... cho ......' xem tranh tập nói.
   用「...... cho ......」看圖說話

(1) hai bát phở　　（2）ba bát cơm

Bài 5

081

解答

附有全書10課練習題解答，做完練習題後，別忘了檢測自己的實力喔！

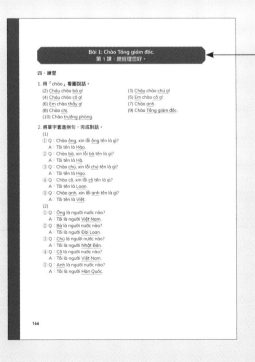

Bài 1: Chào Tổng giám đốc.
第1課：總經理您好。

四、練習
1. 用「chào」看圖說話。
(1) Cháu chào bà ạ!　　　　　(3) Cháu chào chú ạ!
(4) Cháu chào cô ạ!　　　　　(5) Em chào cô ạ!
(6) Em chào thầy ạ!　　　　　(7) Chào anh.
(8) Chào chị.　　　　　　　　(9) Chào Tổng giám đốc.
(10) Chào trưởng phòng.
2. 將單字套進例句，完成對話。
(1)
① Q：Chào ông, xin lỗi ông tên là gì?
　 A：Tôi tên là Hào.
② Q：Chào bà, xin lỗi bà tên là gì?
　 A：Tôi tên là Hà.
③ Q：Chào chú, xin lỗi chú tên là gì?
　 A：Tôi tên là Hạo.
④ Q：Chào cô, xin lỗi cô tên là gì?
　 A：Tôi tên là Loan.
⑤ Q：Chào anh, xin lỗi anh tên là gì?
　 A：Tôi tên là Việt.
(2)
① Q：Ông là người nước nào?
　 A：Tôi là người Việt Nam.
② Q：Bà là người nước nào?
　 A：Tôi là người Đài Loan.
③ Q：Chú là người nước nào?
　 A：Tôi là người Nhật Bản.
④ Q：Cô là người nước nào?
　 A：Tôi là người Việt Nam.
⑤ Q：Anh là người nước nào?
　 A：Tôi là người Hàn Quốc.

166

生詞索引

全書最後的單字索引，羅列全書出現過的單字，
方便隨時查閱與複習。

生詞索引

目次

1

Chào Tổng giám đốc.
總經理您好。

Phát âm cơ bản 29 chữ cái
基礎發音 — 29 個字母

1. Chữ cái tiếng Việt 越南語的字母：

越南語有29個字母，其大寫及小寫如下。

Tiếng Việt gồm 29 chữ cái 越南語的29個字母 ▶ MP3-002

A a	Ă ă	Â â	B b	C c	D d	Đ đ
E e	Ê ê	G g	H h	I i	K k	L l
M m	N n	O o	Ô ô	Ơ ơ	P p	Q q
R r	S s	T t	U u	Ư ư	V v	X x	Y y

2. Cách đọc chữ cái tiếng Việt 越南語「字母」的讀音：

越南語的字母，有兩種讀音方式，分別為「單純是字母時」的讀音，以及「拼音時」的讀音。在此，先介紹「單純是字母時」的讀音。

Cách đọc tên chữ cái 字母的名稱 ▶ MP3-003

字母	A a	Ă ă	Â â	B b	C c	D d	Đ đ
讀音	a	á	ớ	bê	xê	dê	đê
字母	E e	Ê ê	G g	H h	I i	K k	L l
讀音	e	ê	giê	hát	i/i ngắn	ca	e-lờ
字母	M m	N n	O o	Ô ô	Ơ ơ	P p	Q q
讀音	e-mờ	e-nờ	o	ô	ơ	pê	cu/quy
字母	R r	S s	T t	U u	Ư ư	V v	X x	Y y
讀音	a-rờ	ét-sì	tê	u	ư	vê	ích-xì	(y dài)

3. Cách phát âm chữ ghép vần 越南語字母「拼音」時的發音：

越南語的字母，在拼音時，也就是包含子音、雙子音（複子音）、韻母及韻尾結合成一個詞彙時，其發音和「單純是字母時」有些差異，整理如下。

Cách phát âm chữ cái ghép vần 「拼音」時的發音　▶ MP3-004

字母	A a	Ă ă	Â â	B b	C c	D d	Đ đ
讀音	a	á	ớ	bờ	cờ	dờ	đờ
字母	E e	Ê ê	G g	H h	I i	K k	L l
讀音	e	ê	gờ	hờ	i	ca/cờ	lờ
字母	M m	N n	O o	Ô ô	Ơ ơ	P p	Q q
讀音	mờ	nờ	o	ô	ơ	pờ	quờ
字母	R r	S s	T t	U u	Ư ư	V v	X x	Y y
讀音	rờ	sờ	tờ	u	ư	vờ	xờ	y

4. Những chữ cái sau đây cách phát âm giống nhau 拼音時，讀音相同、類似的字母：

越南語在拼音時，有的讀音相同，有的有些許差異，分別整理如下。

Những chữ cái sau đây cách phát âm giống nhau 在拼音時，發音相同的字母　▶ MP3-005

Cc – Kk- Qq	Ii - Yy

Những chữ cái dưới đây cách đọc khác nhau một chút
在拼音時，讀音有些許差異的字母　　▶ MP3-006

S s – X x	S s	X x
L l – N n	L l	N n
E e – Ê ê	E e	Ê ê
C c – G g	C c	G g
O o - Ô ô - Ơ ơ	Ô ô	Ơ ơ
U u – Ư ư	U u	Ư ư

5. Thanh điệu tiếng Việt 越南語聲調：

　　越南語有6個聲調，每個聲調都有固定的名稱，分別為「第一聲：橫聲」、「第二聲：玄聲」、「第三聲：銳聲」、「第四聲：問聲」、「第五聲：跌聲」、「第六聲：重聲」。這6個聲調的符號、調值、調值發音圖分別整理如下。

Thanh điệu tiếng Việt
越南語聲調　　▶ MP3-007

順序	第一聲	第二聲	第三聲	第四聲	第五聲	第六聲
調類	ngang（橫聲）	huyền（玄聲）	sắc（銳聲）	hỏi（問聲）	ngã（跌聲）	nặng（重聲）
越南文符號	無	`	´	?	~	.
調值	33	21	35	313	435	31
調值發音圖	┤	↓	↑	↘	↗	｜
母音＋符號	a	à	á	ả	ã	ạ
子音＋母音＋符號	ba	bà	bá	bả	bã	bạ

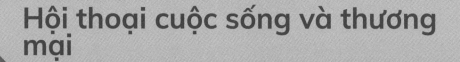

Hội thoại cuộc sống và thương mại

生活與商務會話

1. Từ mới 生詞：

▶ MP3-008

單字	詞性	中文	單字	詞性	中文
ông	名詞	先生（尊重）/阿公	cục trưởng	名詞	局長
bà	名詞	女士（尊重）/阿嬤	trưởng phòng	名詞	科長
chị	名詞	姊姊	Nguyễn Việt Hà	名詞	阮越河
cô	名詞	小姐/姑姑	Đài loan	名詞	臺灣
em	名詞	弟弟/妹妹	Nhật Bản	名詞	日本
anh	名詞	哥哥	Việt Nam	名詞	越南
bác	名詞	伯伯	Hàn Quốc	名詞	韓國
chú	名詞	叔叔	Tổng giám đốc	名詞	總經理
con	名詞	孩子	bố/ba	名詞	爸爸
cháu	名詞	孫子	mẹ/má	名詞	媽媽
tôi	代詞	我	tên	名詞	名字
là	動詞	是	chào	動詞	問好
gì	代詞	什麼	rất	副詞	很
vui	形容詞	高興	gặp	動詞	見面
xin lỗi	動詞	不好意思	lâu quá không gặp	慣用語	好久不見
đây	代詞	這	kia	代詞	那
được	副詞	能夠、可以	xin giới thiệu	慣用語	謹（為您）介紹
người	名詞	人	làm quen	動詞	認識
nước	名詞	國	nào	疑問代詞	哪
kế toán	名詞	會計	phải không	疑問代詞	是嗎？

2. Hội thoại 會話：

▶ MP3-009

Hà：Chào Tổng giám đốc!

Tổng giám đốc：Chào cô. Xin lỗi cô tên là gì?

Hà：Tôi tên là Nguyễn Việt Hà. Rất vui được gặp ông!

Tổng giám đốc：Tôi cũng rất vui được gặp cô!
　　　　　　　　Xin lỗi, cô là người Việt Nam phải không?

Hà：Vâng, Tôi là người Việt Nam.

中文翻譯

河：總經理您好。

總經理：您（妳）好。不好意思，您（妳）叫什麼名字？

河：我名字是阮越河。很高興見到您！

總經理：我也很高興見到您（妳）！不好意思，您（妳）是越南人是嗎？

河：是的，我是越南人。

會話 2

Hoa：Xin giới thiệu với chị. Đây là ông Kim. Ông ấy là trưởng phòng.

Mai：Chào trưởng phòng Kim. Rất vui được gặp trưởng phòng!

Kim：Chào cô. Tôi cũng rất vui được làm quen với cô! Xin lỗi, cô tên là gì?

Mai：Em tên là Mai. Em là kế toán. Xin lỗi, trưởng phòng là người nước nào ạ?

Kim：Tôi là người Hàn Quốc.

中文翻譯

花：謹為您（妳）介紹。這是金先生。他是課長。

梅：金課長好。很高興見到您！

金：您（妳）好。我也很高興認識您（妳）！
不好意思，您（妳）叫什麼名字？

梅：我名字是梅。我是會計。不好意思，課長是哪國人？

金：我是韓國人。

Ngữ pháp
語法

1. Đại từ nhân xưng ngôi thứ nhất, ngôi thứ hai
人稱代詞「第一人稱」、「第二人稱」：

Đại từ nhân xưng ngôi thứ nhất, ngôi thứ hai

人稱代詞「第一人稱」、「第二人稱」

Ngôi thứ nhất 第一人稱	Ngôi thứ hai 第二人稱	
Tôi 我（不分男、女，年齡） Ông 我（爺爺輩自稱） Bà 我（奶奶輩自稱） Anh 我（哥哥輩自稱） Chị 我（姊姊輩自稱） Cháu 我（孫子輩自稱） Em 我（弟妹輩自稱）	Ông：您（爺爺、外公：用以稱呼中老年男性，或「先生」之尊稱）	Bà：您（奶奶、外婆：用以稱呼中老年女性，或「太太」之尊稱）
	Anh：您（兄長：用作對兄輩的通稱；對年輕男性的稱呼；妻子對丈夫的稱呼）	Chị：您（姐姐：用作對姐輩的通稱；對年輕女性的稱呼）
	Cháu：你/妳（年紀較小的孫輩）	
	Em：你/妳（妹妹、弟弟的通稱）	

Chú thích　備註：

・在越南語沒有你、我、他的代詞，而是把家庭的關係放到社會上。也就是説，在自稱及稱呼對方時，都是依照説話者與聽話者之間的年齡關係而定。

・在工作環境，常常用職位來稱呼對方。

2. Hỏi và trả lời tên 問及答─名字：

Hỏi và trả lời tên 詢問回答名字

主語	動詞	名詞 / 疑問代詞
Tên chị 你名字	là 是	gì? 什麼？
Tôi 我	là 是	Nguyễn Việt Hà. 阮越河。

3. Biểu đạt người của nước nào đó 'người + tên nước'
表達是某個國家的人「người（人）＋國名」：

người Việt Nam 越南人   người Đài Loan 臺灣人

người Hàn Quốc 韓國人   người Nhật Bản 日本人

4. Biểu đạt hỏi về quốc tịch 'nước + nào?'
詢問國籍「nước（國家）＋哪？」：

主語	（否）動詞	名詞	國家	疑問
Anh	là	người	nước	nào?
哥哥	是	人	國家	哪？→ 哥哥是哪國人？
Tôi	là	người	Đài Loan. 臺灣。	╳→ 我是臺灣人。
我	是	人		
Chị	là	người	Đài Loan	phải không?
姊姊	是	人	臺灣	是嗎？→ 姊姊是臺灣人是嗎？
Tôi	không phải là	người	Đài Loan. 臺灣。	╳→ 我不是臺灣人。
我	不是	人		

5. Đại từ nhân xưng ngôi thứ ba số ít 單數第三人稱代詞：

越南語的單數第三人稱代詞相當單純，只要將第二人稱代詞加上「ấy」，就是單數第三人稱代詞。

- ông ấy → 他（尊稱的「他」，如爺爺、外公、先生）
- bà ấy → 她（尊稱的「她」，如奶奶、外婆、女士）
- bác ấy → 他/她（尊稱的「他 / 她」，如伯父、伯母輩）
- chú ấy → 他（尊稱的「他」，如叔叔輩）
- cô ấy → 她（尊稱的「她」，如姑姑 / 女老師輩）
- dì ấy → 她（尊稱的「她」，如阿姨）
- mợ ấy → 她（尊稱的「她」，如嫂嫂）
- cậu ấy → 他（尊稱的「他」，如舅舅）
- anh ấy → 他（多用於比自己年長的同輩男性，如哥哥）
- chị ấy → 她（多用於比自己年長的同輩女性，如姊姊）
- em ấy → 他/她（多用比自己年輕的人，如弟弟、妹妹）
- cháu ấy → 他/她（多用比自己年輕的晚輩，孫子輩的孩子）
- thầy ấy → 他（尊稱的「他」，如男性老師）
- bạn ấy/cậu ấy → 他/她（好朋友間的「他/她」，如同學）

Luyện tập
練習

四

1. Dùng 'chào' xem tranh tập nói. 用「chào」看圖說話。

(1) Cháu chào ông ạ!
Ông chào cháu.

(2) _____

(3) _____

(4) _____

(5) _____

(6) _____

(7) _____

(8) _____

tổng giám đốc 總經理

(9) _____

trưởng phòng 科長

(10) _____

2. Đặt câu theo mẫu. 將單字套進例句，完成對話。

(1) Hãy nhìn tranh tập nói theo mẫu câu dưới đây.
請利用下面句型，並參考圖案完成對話。

句型 1

Q：Chào... xin lỗi... tên là gì?

A：Tôi tên là ...

問：……好。不好意思，……叫什麼名字？

答：我名字是……。

① ông
Hào

② bà
Hà

③ chú
Hạo

④ cô
Loan

⑤ anh
Việt

(2) Hãy nhìn tranh tập nói theo mẫu câu dưới đây.
請利用下面句型看圖完成對話。

句型 2

Q：...... là người nước nào?

A：Tôi là người......

問：……是哪國人？

答：我是……人。

① ② ③ ④ ⑤

3. Nghe nội dung hội thoại lựa chọn đáp án chính xác.
   聽對話內容，選擇正確的答案。 ▶ MP3-011

(1) (　) A：Nam　　　B：Năm　　　C：Lam　　　D：Lan

(2) (　) A：Hà　　　B：Lan　　　C：Hoa　　　D：Lam

(3) (　) A：Việt Nam　B：Đài Loan　C：Hàn Quốc　D：Nhật Bản.

(4) (　) A：Việt Nam　B：Đài Loan　C：Hàn Quốc　D：Nhật Bản.

(5) (　) A：vâng　　　B：không

(6) (　) A：Nam　　　B：Lan　　　C：Việt　　　D：Loan

2

經理好嗎？

Phát âm cơ bản nguyên âm và phụ âm

基礎發音 — 母音及子音

越南語的基礎發音分別有12個母音、17個子音及11個複子音，分別整理如下。

12 nguyên âm và 17 phụ âm 12**個母音及17個子音**　▶ MP3-012

12 nguyên âm 12 個母音			17 phụ âm 17 個子音				
a	ă	â	b	c	d	đ	
e	ê	u	g	h	k	l	
i	y	ư	m	n	p	q	
o	ô	ơ	r	s	t	v	x

11 phụ âm ghép 11**個雙子音（複子音）**　▶ MP3-013

ch	gh	gi	kh
ng	ngh	nh	-
ph	th	tr	qu

Vị trí phát âm của phụ âm đơn, phụ âm ghép
子音、雙子音的發音位置　▶ MP3-014

子音/雙子音 發音方式		發音時的 唇舌位置	雙唇音		舌頭音			舌面音	舌根音	喉塞
			雙唇	唇齒	齒岸	齒槽	硬腭			
塞音		送氣	-	-	th	-	-	-	-	-
	塞音	清塞音	-	-	t	-	tr	ch	q/c/k	-
		濁塞音	b	-	-	đ	-	-	-	-
		鼻音	m	-	-	n	-	nh	ngh/ng	
擦音		清擦音	-	ph	x	-	s	-	kh	h
		濁擦音	-	v	d/gi	-	r	-	g/gh	-
		濁邊音	-	-	l	-	-	-	-	-

So sánh quy tắc ghép vần 拼音規則比較 ▶ MP3-015

c – k - q	字母發音時發音相同，但與母音結合時發音不同。		
c	a, o, ô, ơ, u, ư	**k**	e, ê, i, y
q	發音時，一定要加介音「u」。		
g - gh	字母發音時發音相同，但與母音結合時發音不同。		
g	a, o, ô, ơ, u, ư	**gh**	e, ê, i
ng - ngh	字母發音時發音相同，但與母音結合時發音不同。		
ng	a, o, ô, ơ, u, ư	**ngh**	e, ê, i

Ghép vần phụ âm và nguyên âm 子音及母音之拼音 ▶ MP3-016

		a	e	ê	i	y	o	ô	ơ	u	ư
雙唇	**b**	ba	be	bê	bi	-	bo	bô	bơ	bu	bư
	m	ma	me	mê	mi	my	mo	mô	mơ	mu	mư
唇齒	**p**	pa	-	pê	pi	-	-	pô	-	pu	-
	ph	pha	phe	phê	phi	-	pho	phô	phơ	phu	-
	v	va	ve	vê	vi	vy	vo	vô	vơ	vu	-
齒岸	**t**	ta	te	tê	ti	ty	to	tô	tơ	tu	tư
	th	tha	the	thê	thi	-	tho	thô	thơ	thu	thư
	x	xa	xe	xê	xi	-	xo	xô	xơ	xu	xư
	d	da	de	dê	di	-	do	dô	dơ	du	dư
	gi	gia	gie	-	-	-	gio	giô	giơ	giu	giư
齒槽	**đ**	đa	đe	đê	đi	-	đo	đô	đơ	đu	đư
	n	na	ne	nê	ni	-	no	nô	nơ	nu	nư
	l	la	le	lê	li	ly	lo	lô	lơ	lu	lư
硬腭	**tr**	tra	tre	trê	tri	-	tro	trô	trơ	tru	trư
	s	sa	se	sê	si	sy	so	sô	sơ	su	sư
	r	ra	re	rê	ri	-	ro	rô	rơ	ru	rư

Bài 2

		cha	che	chê	chi	-	cho	chô	chơ	chu	chư
舌面	**ch**	cha	che	chê	chi	-	cho	chô	chơ	chu	chư
	nh	nha	nhe	nhê	nhi	-	nho	nhô	nhơ	nhu	như
舌根	**c/k**	ca	**ke**	**kê**	**ki**	**ky**	co	cô	cơ	cu	cư
	q - qu	qua	que	quê	qui	quy	-	-	-	-	-
舌根	**ng/ngh**	nga	**nghe**	**nghê**	**nghi**	-	ngo	ngô	ngơ	ngu	ngư
	g/gh	ga	**ghe**	**ghê**	**ghi**	-	go	gô	gơ	gu	gư
	kh	kha	khe	khê	khi	-	kho	khô	khơ	khu	khư
喉塞	**h**	ha	he	hê	hi	hy	ho	hô	hơ	hu	hư

註：上表中有色塊的地方是不能單獨與母音結合的子音。粗體字則是因為標記為書寫
　　規則，發音時相同，但拼寫時所結合的子音會有不同的規則性。

Hội thoại cuộc sống và thương mại

生活與商務會話

1. Từ mới　生詞：

▶ MP3-017

單字	詞性	中文	單字	詞性	中文
khỏe	形容詞	健康	cảm ơn	動詞	謝謝/感謝
bình thường	形容詞	一般	về	動詞	回去
không khỏe lắm	副詞組	不太好	hẹn gặp lại	慣用語	再會
mệt	形容詞	累	nhớ	動詞	想念
bận	形容詞	忙	xin hỏi	動詞	請問
ốm	形容詞	生病	ai	代詞	誰
vẫn	副詞	還	không	副詞	不
cũng	副詞	也	không	助詞	嗎
thế nào	代詞	怎麼樣	họ	代詞	他們
giám đốc	名詞	經理	dạo này	時間名詞	最近
nhé	語助詞	喔	thư ký	名詞	祕書

2. Hội thoại　會話：

會話 1

▶ MP3-018

Hà：Chào anh Nam, lâu quá không gặp. Anh khỏe không?

Nam：Anh khỏe, cảm ơn em! Còn em?

Hà：Em vẫn bình thường, cảm ơn anh!

Nam：Dạo này, bố mẹ em thế nào? Hai bác có khỏe không?

Hà：Bố em khỏe, còn mẹ em không khỏe lắm! Xin hỏi kia là ai ạ?

Nam：Kia là anh Hoàng, anh ấy là người Đài Loan.

河：南哥哥，好久不見。您好嗎？

南：我好，謝謝妳！妳呢？

河：我還好，謝謝您！

南：最近，妳爸爸媽媽怎麼樣？兩位好嗎？

河：我爸爸好，還有我媽媽不太好。請問那是誰？

南：那是黃哥哥。他是臺灣人。

▶Nhìn tranh tập nói theo mẫu. 請利用下面句型，並參考插圖完成對話。

句型 1

A：...... khỏe không?

B：...... khỏe, cảm ơn...... . Còn ....?

A：...... vẫn bình thường, cảm ơn.......!

A：……好嗎？

B：……好，謝謝妳！......呢？

A：……還好，謝謝……！

(1) (2)

(3) (4)

句型 2

A：(A, B) khỏe không?

B：(A...) khỏe, còn (B....) không khỏe lắm!

A：（他/她）好嗎？

B：（他⋯⋯）好，還有（她⋯⋯）不太好。

(5) A：ông ấy　　　B：bà ấy　　　(6) A：chú ấy　　　B：cô ấy

會話 2　　　　　　　　　　　　　　　　　　　　　　▶ MP3-019

Nam：Tổng giám đốc khỏe không ạ?

Tổng giám đốc：Tôi khỏe, cảm ơn anh! Còn anh?

Nam：Tôi vẫn bình thường. Dạo này, trưởng phòng và thư ký có khỏe không ạ?

Tổng giám đốc：Cảm ơn anh! Họ khỏe. Chào anh, tôi về nhé!

Nam：Hẹn gặp lại anh.

中文翻譯

南：總經理好嗎？

總經理：我好，謝謝您！您呢？

南：我還好。最近，課長和祕書好嗎？

總經理：謝謝您！他們好。再見，我先離開了。

南：再會。

Ngữ pháp
語法

1. Mẫu câu hỏi - đáp về sức khoẻ 關於身體健康問答的句型：

(1) Câu hỏi 問句

（對方：關係名詞）	動詞	好嗎？／健康嗎？
Ông 您 Bà 您 Anh 你 Chị 妳	có 有	khoẻ không? 健康嗎？

(2) Câu đáp 答句

動詞	對方 （關係名詞）	自稱（關係名詞）	形容詞
Cám ơn Cảm ơn 謝謝	ông 您！	cháu 我	bình thường. 一般。
	bà 您！		khoẻ. 健康。
	anh 你！	em 我	cũng bình thường. 也一般。
	chị 妳！		vẫn khoẻ. 還健康。

(3) cũng「也」、vẫn「仍、仍然」

- A：Em **bình thường**, cảm ơn anh! Còn anh?

  我**一般**，謝謝你。你呢？

  B：Cám ơn em! Anh **cũng bình thường**. 謝謝妳！我**也**一般。

- A：Em **khỏe**, cảm ơn anh! Còn anh? 我**很好**，謝謝你。你呢？

  B：Cám ơn em! Anh **cũng khỏe**. 謝謝妳，我**也很好**。

「cũng」（也）的用法基本上與中文相同。「bình thường」（一般）這個形容詞在對話中出現了兩次，因此在第二次出現時會在前面加「cũng」。

在第二個對話中，「khỏe」（健康）也出現了兩次，因此在第二次出現時會在前面加「cũng」。

- A：Anh Nam có khỏe không? 南哥哥好嗎？

  B：Anh Nam **vẫn** khoẻ. 南哥哥**還**好。

- A：Bà ấy thế nào? 她怎麼樣？

  B：Bà ấy **vẫn** bình thường. 她**還**一般。

「vẫn」（還、仍然）表示狀態，不需要重複使用形容詞。

(4) 'ạ' từ đặt cuối câu **biểu thị lễ phép** 「**ạ**」放在句尾**表示尊重**

「ạ」在句時尾表示尊敬對方，在稱呼後時表示親切。

- Cháu chào ông **ạ**! 爺爺您好！

2. Đại từ nhân xưng số nhiều 複數人稱代詞：

Đại từ nhân xưng số nhiều 複數人稱代詞

Ngôi thứ nhất 第一人稱	Ngôi thứ hai 第二人稱	Ngôi thứ ba 第三人稱
chúng tôi 我們（不包含聽者）	các bạn 你們（多用於朋友、同學）	các bạn ấy 他們（多用於朋友、同學）
chúng em 我們（妹/弟們，不包含聽者）	các anh 你們（多用於哥哥輩）	các anh ấy 他們（多用於哥哥輩）
chúng ta 我們（包含聽者）	các chị 妳們（多用於姊姊輩）	các chị ấy 她們（多用於姊姊輩）
chúng cháu 我們（孫子們，不包含聽者）	các cô 妳們（多用於小姐、阿姨輩）	các cô ấy 她們（多用於小姐、阿姨輩）
chúng con 我們（孩子們，不包含聽者）	các ông 你們（多用於先生、爺爺、外公輩）	các ông ấy 他們（多用於先生、爺爺、外公輩）
chúng mình 我們（包含聽者，表示親切）	các bà 妳們（多用於女士、奶奶、外婆輩）	các bà ấy 她們（多用於女士、奶奶、外婆輩）
	quý vị 各位（表示尊重）	họ 他們/她們（不分男女）

Luyện tập

練習

四

1. Dùng 'khỏe không?' xem tranh tập nói.
用「khỏe không?」看圖說話。

(1) Ông_____ (2) Bà_____ (3) Ba_____ (4) Mẹ_____

(5) Anh_____ (6) Chị_____ (7) Thầy_____ (8) Cô_____

(9) Cô_____ (10) Chú_____ (11) Em_____ (12) Bạn_____

2. Dùng '...... khỏe. Cảm ơn ......!' xem tranh tập nói.
   用「...... khỏe. Cảm ơn ......!」看圖說話。

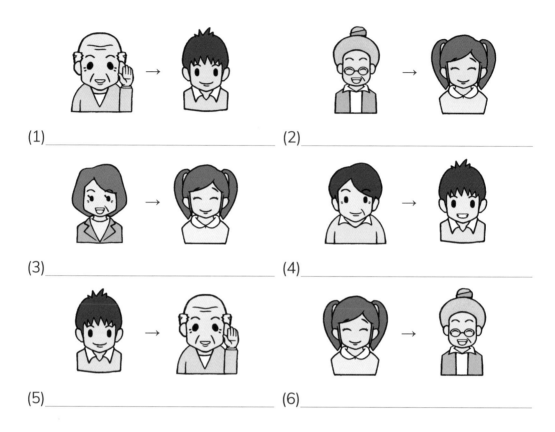

(1)_____ (2)_____

(3)_____ (4)_____

(5)_____ (6)_____

3. Dùng '...... vẫn bình thường. Cảm ơn ......!' xem tranh tập nói.
   用「...... vẫn bình thường. Cảm ơn ......!」看圖說話。

(1)_____ (2)_____

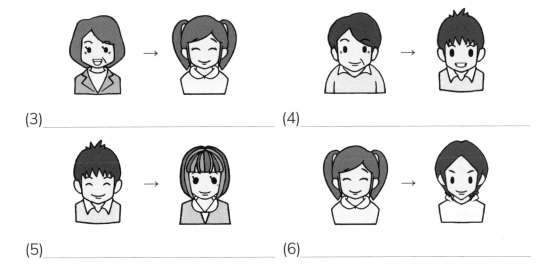

(3)_____ (4)_____

(5)_____ (6)_____

4. Dùng '...... không khỏe lắm.' xem tranh tập nói.
用「 ...... không khỏe lắm. 」看圖說話。

(1) Ông_____ (2) Bà_____ (3) Ba_____ (4) Mẹ_____

(5) Anh_____ (6) Chị_____ (7) Thầy_____ (8) Cô_____

5. Dùng 'Chào _____ . _____ về nhé!' xem tranh tập nói.
用「Chào _____ . _____ về nhé!」看圖說話。

例：Chào cháu, ông về nhé!

(1)_____

(2)_____

(3)_____

(4)_____

(5)_____

6. Nghe hội thoại lựa chọn đáp án chính xác.
聽對話內容，選擇正確答案。　　　　　► MP3-020

(1) (　) A：khỏe　　B：bình thường　　C：mệt　　D：không khỏe lắm

(2) (　) A：khỏe　　B：bình thường　　C：mệt　　D：bận

(3) (　) A：khỏe　　B：bình thường　　C：mệt　　D：bận

(4) (　) A：khỏe　　B：bình thường　　C：ốm　　D：mệt

(5) (　) A：khỏe　　B：bình thường　　C：mệt　　D：không khỏe lắm

(6) (　) A：khỏe　　B：bình thường　　C：mệt　　D：không khỏe lắm

Tôi là nhân viên bán hàng của công ty.

我是公司的售貨員。

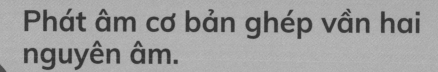

Phát âm cơ bản ghép vần hai nguyên âm.

基礎發音 ── 雙母音之拼音

「雙母音」是由2個母音組成的「韻母」，可分為「前響韻母」及「後響韻母」兩種。「前響韻母」發音時，前面的母音聲音比較大。例如「ai」發音時，主要聲音在「a」。「後響韻母」發音時，後面的母音聲音比較大。例如「ay」主要聲音在「y」。

1.前響韻母：ai、ao、eo、êu、iu、ơi、oi、ôi、ui、ưa、ưi，共11個。

2.後響韻母：ay、au、ây、âu、oa、oe、uê、uy、ưu，共9個。

Phụ âm đơn/phụ âm ghép kết hợp với nguyên âm đôi
子音/雙子音與韻母的組合　　　　　▶ MP3-021

前響韻母	子音＋前響韻母	後響韻母	子音＋後響韻母
ai	bai, tai, mai, khai, ngai, hai, lai, thai, sai, vai	ay	bay, tay, may, khay, ngay, hay, nay, thay, say, vay
ao	cao, sao, bao, giao, thao, nhao, dao, mao, tao	au	cau, sau, bau, giàu, thau, nhau, rau, máu, tàu
		ây	bây, cây, dây, đây, chây, gây, mây, hây, nhây, trây
		âu	bâu, câu, dâu, đâu, châu, gâu, mâu, hâu, nhâu, trâu
eo	đeo, theo, kheo, keo, reo, leo, neo, veo, xeo, seo, teo	êu	đêu, thêu, khêu, kêu, rêu, lêu, nêu, vêu, xêu, sêu, têu
iu	liu, tiu, khiu, hiu, nghiu		
ơi	bơi, cơi, dơi, hơi, khơi, lơi, nhơi, thơi, tơi, trơi, vơi, xơi	oe	choe, hoe, khoe, loe, ngoe, xoe, toe, hoè, khoé, loè, toè

oi	choi, hoi, khoi, loi, ngoi, soi, toi, hòi, khói, lòi, tòi, xoi	oa	choa, hoa, khoa, loa, ngoa, xoa, toa, hoà, khoá, loà, toà
ôi	bôi, côi, dôi, hôi, khôi, lôi, nhôi, thôi, tôi, trôi, vôi, xôi		
ui	sui, chui, tui, trui, phui, thui	uy	suy, chuỳ, tuy, truy, phuy
		ưu	hưu, lưu, ngưu, tựu, sửu, mưu, khứu, bưu
ưi	gửi, chửi, ngửi, cửi	uê	huê, khuê, thuê, xuê, xuề xuể, huế, thuế, tuế, duệ

▶ Luyện tập：Nghe MP3 và chọn vần thích hợp.
　請聽音檔並選出正確的韻母。

(1) Anh kh___ không? (êu/ỏe) 你好嗎？

(2) Cô H___ khỏe không? (oa/oe) 花老師好嗎？

(3) T___ tên là Hà. (ơi/ôi) 我的名字是河。

(4) D___ này bố mẹ bạn khỏe chứ? (ạo/ạu) 最近你爸爸媽媽好嗎？

(5) Ch___ cô Hoa. (àu/ào) 花姑姑妳好。

(6) T___ về nhé! (ôi/ơi) 我回去喔！

(7) Ông chào ch___. (áo/áu) 你/妳好。

(8) Ông ấy là t___ xế. (ài/ày) 他是司機。

Hội thoại cuộc sống và thương mại

生活與商務會話

1. Từ mới 生詞：

▶ MP3-023

單字	詞性	中文	單字	詞性	中文
danh thiếp	名詞	名片	thư ký	名詞	祕書
bao nhiêu	代詞	多少/幾	kế toán	名詞	會計
số điện thoại	名詞	電話號碼	tài xế	名詞	司機
tự giới thiệu	名詞/動詞	自我介紹	phiên dịch	名詞/動詞	翻譯
nhân viên bán hàng	名詞	售貨員	kỹ sư	名詞	工程師
nhân viên phục vụ	名詞	服務員	gì	代詞	什麼
làm nghề	詞組	做職業	bây giờ	時間副詞	現在
lâu quá không gặp	慣用語	好久不見	đang	副詞	正在
ngày trước	時間名詞	之前	công việc	名詞	工作
dạo này	時間代詞	最近	bận	形容詞	忙
thế nào	疑問詞	怎麼樣	trường	名詞	學校
giáo viên	名詞	教師	trung học	名詞	中學
đại học	名詞	大學			

►Xem tranh tập nói nghề nghiệp của các nhân vật.
請看圖説出他們的職業。

nhân viên bán hàng

thư ký

kế toán

phiên dịch

2. Hội thoại 會話：

會話 1 ► MP3-024

Việt Hà：Chào Tổng giám đốc.

Tổng giám đốc：Chào cô. Xin lỗi, cô tên là gì?

Việt Hà：Tôi xin tự giới thiệu, tên tôi là Nguyễn Việt Hà.

Tổng giám đốc：Cô làm nghề gì?

Việt Hà：Tôi là nhân viên bán hàng của công ty BM.

Tổng giám đốc：Số điện thoại của cô là bao nhiêu?

Việt Hà：Số điện thoại của tôi là, 0994-433-338. Đây là danh thiếp của tôi.

Tổng giám đốc：Rất vui được làm quen với cô!

Việt Hà：Tôi cũng rất vui được làm quen với ông!

中文翻譯

越河：總經理您好。

總經理：您（妳）好。不好意思，您（妳）叫什麼名字？

越河：我謹自我介紹。我名字是阮越河。

總經理：您（妳）做什麼工作？

越河：我是BM公司的售貨員。

總經理：您（妳）的電話號碼是多少？

越河：我的電話號碼是，0994-433-338。這是我的名片。

總經理：認識您（妳）很高興！

越河：認識您我也很高興！

▶ MP3-025

會話 2

Hà：Chào chị Hoa, lâu quá không gặp. Dạo này chị có khỏe không?

Hoa：Cảm ơn chị! Tôi khỏe. Còn chị?

Hà：Tôi cũng khỏe. Xin lỗi, dạo này chị đang làm gì?

Hoa：Tôi là giáo viên dạy ở trường đại học Hà Nội. Còn chị? Chị vẫn là công nhân à?

Hà：Dạ, vâng. Dạo này công việc của chị thế nào?

Hoa：Cảm ơn chị! Công việc của tôi vẫn bình thường ạ.

中文翻譯

河：花姐姐好，好久不見。妳最近好嗎？

花：謝謝你！我好。妳呢？

河：我也好。不好意思，妳最近在做什麼呢？

花：我是老師，在河內大學教書。妳呢？妳還是工人嗎？

河：是的。最近妳的工作怎麼樣？

花：謝謝妳！我的工作還好。

▶Dùng mẫu câu đã cho xem tranh tập nói.

請利用下面句型，參考插圖並完成對話。

句型 1

A：.......... làm nghề gì?

B：Tôi là....................

A：………做什麼工作？

B：我是…………。

(1) nhân viên

(2) thư ký

(3) kế toán

(4) nhân viên phục vụ

(5) trưởng phòng

(6) phiên dịch

(7) tài xế

(8) nhân viên bán hàng

句型 2

A：...... làm nghề gì?

B：...... là ......

A：……做什麼工作？

B：……是……。

(1) anh ấy
nhân viên

(2) cô ấy
thư ký

(3) anh ấy
kế toán

(4) anh ấy
nhân viên phục vụ

(5) chú ấy
trưởng phòng

(6) chị ấy
phiên dịch

(7) anh ấy
tài xế

(8) anh ấy
nhân viên bán
hàng

Ngữ pháp
語法

1. Từ "là" cùng với danh từ làm vị ngữ trong câu
   「là」＋名詞＝謂語：

當「là」（是）跟名詞一起使用時，會成為句子中的謂語。

'là' + danh từ = vị ngữ
「là」＋名詞＝句子謂語

主語	動詞	疑問代詞
Anh tên 你名字	là 是	gì? 什麼？
Tên anh 你名字	là 是	gì? 什麼？
Tên của anh 你的名字	là 是	gì? 什麼？
Đây 這	là 是	ai? 誰？
Đây 這	có phải là 是否是	cô Hoa không? 花老師嗎？

Trả lời khẳng định 肯定回答

主語	動詞	名詞
Tên tôi 我名字	là 是	
Tôi tên 我名字	là 是	Nguyễn Việt Hà. 阮越河。
Tên của tôi 我的名字	là 是	
Vâng, tôi tên 是的，我名字	là 是	Nguyễn Việt Hà. 阮越河。

Trả lời phủ định 否定回答

（否）主語	（否）動詞	名詞
Không, tôi 不，我	không phải là 不是	Nguyễn Việt Hà. 阮越河。

2. Trong hội thoại kiểu câu hỏi này có các biến thể sau.
此句型的疑問句會有以下變化。

越南語的疑問句，會用「...... là ...... phải không?」（……是 ……是嗎？）和「Có phải ...... là ...... không?」（是否……是 ……嗎？）這兩種句型來對方詢問，或確認某訊息是否正確。

Mẫu câu '...... là ...... phải không?' và 'Có phải ...... là ...... không?'
句型結構「……是 ……是嗎？」和「是否……是 ……嗎？」

名詞 / 代詞	是 là	名詞	phải không? 是嗎？
Chị 妳	là 是	Việt Hà 越河	phải không? 是嗎？
Anh 你	là 是	nhân viên 員工	phải không? 是嗎？

是 là	名詞 / 代詞	是 là ＋名詞	không? 嗎？
Có phải 是否	chị 妳	là Việt Hà 是越河	không? 嗎？
Có phải 是否	anh ấy 他	là công nhân 是工人	không? 嗎？

3. đây, kia, đấy, đó 指示代詞：

「đây」（這）、「kia」（那）、「đấy」（那）、「đó」（那）這4個指示代詞，在「介紹句」中為主語。

'Đây, kia, đấy, đó' làm chủ ngữ trong câu
「這、那、那、那」作為句中的主語

動詞組	介詞	受詞	主語	動詞	名詞
Xin giới thiệu 謹介紹	với 與	Hào, 豪	đây 這	là 是	Hà. 河。
Xin giới thiệu 謹介紹	với 與	ông, 您	kia 那	là 是	cô Hoa. 花老師。

→僅為豪介紹，這是河。◄
→僅為您介紹，這是花老師。◄

4. Sở hữu 所有格：

越南語「所有格」的結構與中文不同。如果中文「所有物」的表達方法是「主格＋的＋所有物」，那麼越南語的結構就反過來，是「所有物＋的＋主格」。

> 所有物　＋　的　＋　主體
> Danh thiếp　của　tôi.（名片的我）→我的名片

Câu sở hữu 所有格句型

主語	的	名詞
Danh thiếp	của	tôi.
名片	的	我。→ 我的名片。
Số điện thoại	của	tôi.
電話	的	我。→ 我的電話。
Giám đốc	của	công ty tôi.
經理	的	我公司。→ 我公司的經理。
Nhân viên	của	công ty tôi.
員工	的	我公司。→ 我公司的員工。
Mẹ	của	tôi.
媽媽	的	我。→ 我的媽媽。

Luyện tập
練習

1. Trả lời câu hỏi. 請回答問題。

(1) Anh/Chị/Cô tên là gì? Tên tôi là _____

(2) Anh/Chị/Cô làm nghề gì? Tôi là _____

2. Xem tranh tự giới thiệu. 請看圖自我介紹。

範例：
Chào chị, tôi xin tự giới thiệu, tôi là
nhân viên bán hàng.
妳好，我謹自我介紹。我是售貨員。

(1) kế toán 會計

(2) tài xế 司機

(3) phiên dịch 翻譯

(4) thư ký 祕書

(5) nhân viên 員工

3. Xem mẫu câu và từ vựng đã cho xem tranh tập nói.
   請利用下面句型，並參考插圖的提示完成對話。

(1)

...... là ...... phải không?

……是……是嗎？

(2)

Có phải ...... là ...... không?

是否……是……嗎？

① cục trưởng
   局長

② giáo viên
   教員

③ bác sĩ
   醫生

④ sinh viên
   大學生

⑤ nhân viên
   員工

⑥ phiên dịch
   翻譯

⑦ kế toán
   會計

⑧ Tổng giám đốc
   總經理

(3)

A：Số điện thoại của ...... là bao nhiêu?

B：Số điện thoại của ...... là ......

A：……的電話號碼是多少？

B：我的電話號碼是……。

0	1	2	3	4	5	6	7	8	9
không	một	hai	ba	bốn	năm	sáu	bảy	tám	chín

① ông ② bà ③ chú ④ cô ⑤ anh

4. Nghe hội thoại lựa chọn đáp án chính xác.
聽對話內容，選擇正確答案。

▶ MP3-026

(1) (　　) A：kế toán　　B: công nhân　　C：thư ký　　D：tài xế

(2) (　　) A：khỏe　　B: bình thường　　C：bận　　D：mệt

(3) (　　) A：kỹ sư　　B: công nhân　　C：thư ký　　D：kế toán

(4) (　　) A：kỹ sư　　B: công nhân　　C：thư ký　　D：kế toán

4

Cô muốn mua gì ạ?
你要買什麼？

Phát âm cơ bản ghép vần hai nguyên âm

三個特別的雙母音發音 —— [ie]、[uo]、[ɯɤ]

越南語裡面有3個特別的雙母音的組合，這3組雙母音（韻母）的發音分別是[ie]、[uo]、[ɯɤ]。每一組雙母音的發音相同，但各有兩種不同的寫法，只有[ie]有四種寫法，分別整理如下。

1. KK 音標 [ie] 有「ia、iê、ya、yê」4 種寫法。 ▶ MP3-027

ia：母音後面無韻尾，寫法不變，發音不變。
ya：前面會有介音「u」，發音會受到介音影響而改變。
iê＋韻尾：發音會隨著韻尾（母音或子音）的改變而變化。
＋yê＋：比較特別，前可加介音、後可加韻尾或韻母，發音跟隨這這些元素而變化。

例：bia, mía, chia, tía... khuya, tuya...	例：tiếng Việt... yêu, yên, khuyên...

2. KK 音標 [uo] 也分成「ua、uô」2 種寫法，規則同上。 ▶ MP3-028

ua：母音後面無韻尾，寫不改變，發音不變。
uô ＋韻尾：發音會隨著韻尾（母音或子音）的改變而變化。

例：mua, chua, búa, cua, lụa, rùa...	例：tuổi, uống, thuốc, luộc, đuốc...

3. KK 音標 [ɯɤ] 則分別「ưa、ươ」2 種寫法，規則同上。 ▶ MP3-029

ưa：母音後面無韻尾，寫法不變，發音不變。
ươ ＋韻尾：發音隨著韻尾的改變而變化。

例：mưa, trưa, bữa, ngựa, xưa...	例：tương, tươi, bưởi, người, rượu

Nguyên âm đôi đặc biệt + vần cuối
特殊雙母音（韻母）＋韻尾

▶ MP3-030

特殊雙母音	寫法1	寫法2	m	n	ng	p	t	c	i	u
/ie/	ia	iê/yê+	iêm/yêm	iên/ yên	iêng	iêp	iêt	iêc	-	iêu/yêu
/uo/	ua	uô+	uôm	uôn	uông	-	uôt	uôc	uôi	-
/ɯɤ/	ưa	ươ+	ươm	ươn	ương	ướp	ươt	ước	ươi	ươu

Phụ âm đơn/phụ âm ghép + nguyên âm đôi + vần cuối
子音＋特殊雙母音（韻母）＋韻尾

▶ MP3-031

Nguyên âm đôi 特殊雙母音	Phụ âm đơn, phụ âm ghép + nguyên âm đôi + vần cuối 子音 / 雙子音＋特殊雙母音＋韻尾	
/ie/： ia/ya、 iê+韻尾/ yê+韻尾	**ia**：khía , tia, bia, chia, kia, lia	**uya**：khuya, tuya, xuya
	iêm：chiêm, điêm, khiêm, kiêm, niêm, hiếm, kiếm	**iên**：biên, chiên, khiên, kiên, niên, nhiên, tiên, miến, kiến
	iêng：chiêng, điếng, khiêng	**iêp**：chiếp, diếp, khiếp, nghiệp
	iêt：chiết, diết, khiết, kiết, miết	**iêc**：chiếc, diếc, điếc, ghiếc, liếc, thiếc, tiếc, xiếc, biếc
	iêu：chiêu, diêu, điêu, khiêu	**yêu**：yêu, yếu
	yên：yên, yến	**yêt**：yết
	yêm：yểm, yếm	**uyên**：chuyên, duyên, huyên
	uyêt：khuyết, quyết, tuyết, thuyết, nguyệt	-

/uo/： ua、uô+ 韻尾	ua：mua, thua, chua, múa, cua	uôi：buổi, đuôi, cuối ,tuổi, đuổi
	uôm：nhuộm, buồm, chuôm	uôn：muôn, luồn, muốn, tuôn, khuôn
	uông：vuông, xuống, tuồng	uôt：nuốt, vuốt, suốt, tuột
	uôc：luộc, thuốc, buộc, cuộc	-
/ɯɤ/： ưa、ươ+ 韻尾	ưa：mưa, đưa, dưa, chưa, trưa	ươi：cười, dưới, bưởi, sưởi
	ươu：rượu, bướu, hươu	ươm：ươm, bướm
	ươn：vươn, vườn, mượn, lượn	ương：tương, phương, hưởng, thưởng
	ướp：cướp, mướp,	ướt：vượt, thướt, mướt
	ước：bước, nước, lược, tước	-

▶Nghe MP3 và chọn vần thích hợp. 請聽音檔，並選出正確的韻母。 ▶ MP3-032

(1) Cô m_____ mua gì ạ? (úa/uốn) 你要買什麼？

(2) Ch_____ váy này đẹp quá. (iếc/ía) 這件裙子好漂亮。

(3) Tôi xin tự giới th_____. (iệu/ia) 我自己介紹。

(4) Tôi là ng_____ Việt Nam. (ừa/ời) 我是越南人。

(5) Đây là danh th_____ của tôi. (ía/iếp) 這是我的名片。

(6) Tôi vẫn bình th_____. (ường/ừa) 我還一般。

Hội thoại cuộc sống và thương mại

生活與商務會話

1. Từ mới 生詞： ▶ MP3-033

單字	詞性	中文	單字	詞性	中文
cửa hàng	名詞	商店	cỡ/ size	名詞	尺寸
áo khoác	名詞	外套	loại vải	名詞	布料
áo sơ mi	名詞	襯衫	muốn	動詞	要
quần soóc	名詞	短褲	mua	動詞	買
quần dài	名詞	長褲	mặc	動詞	穿
váy	名詞	裙子	xem	動詞	看
giày	名詞	鞋子	đặt	動詞	訂
bít tất	名詞	襪子	rộng	形容詞	寬
bông	名詞	棉	nhỏ	形容詞	小
voan	名詞	雪紡紗	dài	形容詞	長
màu	名詞	顏色	ngắn	形容詞	短
bán chạy	形容詞	暢銷	ở	介詞	在
được	動詞	可以	Đồng	名詞	越南盾

▶ Xem tranh tập nói những vật sau. 請看圖說出這些物品的名稱。

(1) dép

(2) áo khoác

(3) áo sơ mi

(4) quần soóc

(5) quần dài

(6) váy

(7) giày

(8) bít tất

2. Hội thoại 會話：

Trong cửa hàng

Nhân viên bán hàng：Chào cô, cô muốn mua gì ạ?

Khách hàng：Tôi muốn xem áo khoác.

Nhân viên bán hàng：Áo khoác này bán rất chạy ở nước ngoài.

Tôi có mấy cái đẹp lắm!

Cô muốn mua màu gì?

Khách hàng：Tôi muốn mua màu đen.

Nhân viên bán hàng：Cô mặc cỡ nào ạ?

Khách hàng：Tôi mặc cỡ M.

Nhân viên bán hàng：Cô muốn mặc loại vải gì?

Khách hàng：Vải bông.

Nhân viên bán hàng：Chiếc áo này được không?

Khách hàng：Dạ được. Xin hỏi, giá bao nhiêu tiền một cái?

Nhân viên bán hàng：Áo khoác này 200.000 đồng một cái.

中文翻譯

在商店裡

售貨員：妳好，妳要買什麼？

顧客：我想看外套。

售貨員：這外套在國外很暢銷。我有幾件很漂亮！妳要買什麼顏色？

顧客：我想買黑色。

售貨員：妳穿哪個號碼？

顧客：我穿M號。

售貨員：妳要穿什麼布料？

顧客：棉布。

售貨員：這件衣服可以嗎？

顧客：可以。請問，多少價錢一件？

售貨員：這外套200,000盾一件。

▶ Dùng mẫu câu và từ vựng đã cho, nhìn tranh tập nói.
　請利用下面句型，並參考插圖完成對話。

句型 1

A：Chào......, ...muốn mua gì ạ?

B：Tôi muốn mua ......

A：......好，......要買什麼？

B：我想買......。

(1) dép

(2) áo khoác

(3) áo sơ mi

(4) quần soóc

(5) quần dài

(6) váy

(7) giày

(8) bít tất

句型 2

A：...... muốn mua màu gì?

B：Tôi muốn mua màu ......

A：你要買什麼顏色？

B：我想買……色。

(1)　　　　(2)　　　　(3)　　　　(4)　　　　(5)

xanh　　　đỏ　　　vàng　　　đen　　　trắng

句型 3

A：...... mặc cỡ nào ạ?

B：Tôi mặc cỡ ......

A：……穿哪個號碼？

B：我穿……號。

(1)　　　　(2)　　　　(3)　　　　(4)　　　　(5)
　　　S　　　　M　　　　L　　　　XL　　　　2L

Ngữ pháp

語法

1. muốn 情態動詞：

情態動詞「muốn」（要、需要）常放在主要動詞或名詞前面，用來表示行動的情況及狀態。

động từ tình thái + động từ 情態動詞＋動詞

主語	情態動詞＋動詞	名詞／疑問
Cô 妳	muốn mua 要買	gì? 什麼？
Cô 妳	muốn mua 要買	màu gì? 什麼顏色？
Cô 妳	muốn mặc 要穿	cỡ nào? 哪尺寸？
Cô 妳	muốn mặc 要穿	loại vải gì? 什麼布料？
Tôi 我	muốn mua 要買	áo khoác. 外套。
Tôi 我	muốn mua 要買	màu đen. 黑色。
Tôi 我	muốn mặc 想穿	cỡ M. M號尺寸。
Họ 他們	muốn ăn 要吃	phở. 河粉。
Chị ấy 她	muốn uống 要喝	cà phê. 咖啡。
Anh 他	muốn đi 要去	Việt Nam. 越南。

2. này、ấy、kia、đó 指示形容詞：

指示形容詞「này」（這）、「ấy」（那）、「kia」（那）、「đó」（那）的意思與「đây」（這）、「kia」（那）、「đấy」（那）指示代詞相同，但指示形容詞放在名詞後面，表示物品的位置。

指示代詞（放在句首）	指示形容詞（放在名詞後）
đây 這	này 這 ấy 那
kia 那	kia 那 ấy 那
đó 那	đó 那 ấy 那

*「đây」（這）只能當指定代詞使用。

danh từ + tính từ chỉ định 名詞＋指示形容詞

名詞	指示形容詞	動詞	的＋名詞／代詞
Cái áo 件衣服	này 這	là 是	của tôi. 的我。 →這件衣服是我的。
Chiếc váy 件裙子	ấy 那	là 是	của Lisa. 的Lisa。 →那件裙子是Lisa的。
Cái áo khoác 件外套	kia 那	là 是	của anh Nam. 的南哥哥。 →那件外套是南哥哥的。
Đôi giày 雙鞋子	đó 那	là 是	của tôi. 的我。 →那雙鞋子是我的。

3. Phó từ chỉ mức độ 'quá, rất, lắm'
程度副詞「得不得了、很、不得了」：

「quá」（太）、「rất」（很）、「lắm」（～得不得了）都是副詞，用來修飾動詞或形容詞的程度。在口語中，「lắm」常代替「rất」使用。

Chủ ngữ + động từ/tính từ + phó từ chỉ mức độ
主語＋動詞/形容詞＋程度副詞

主語	形容詞	程度副詞
Cái áo này 這件衣服	đẹp 漂亮	quá/lắm. 得不得了。
Món ăn này 這道菜	ngon 好吃	quá/lắm. 得不得了。
Cái này 這個	đắt 貴	quá/lắm. 得不得了。

Chủ ngữ + phó từ chỉ mức độ + tính từ
主語＋程度副詞＋形容詞

主語	程度副詞	形容詞
Cái áo này 這件衣服	rất/quá 很/非常	đẹp. 漂亮。
Món ăn này 這道菜	rất/quá 很/非常	ngon. 好吃。
Cái này 這個	rất/quá 很/非常	đắt. 貴。

Câu phủ định: Chủ ngữ + phủ định + tính từ + phó từ chỉ mức độ
否定句：主語＋否定＋形容詞＋程度副詞

主語	否定＋形容詞	程度副詞
Cái áo này 這件衣服	không đẹp 不漂亮	lắm. 極了。
Món ăn này 這道菜	không ngon 不好吃	lắm. 極了。
Cái này 這個	không đắt 不貴	lắm. 極了。

Câu nghi vấn: Chủ ngữ (có) + tính từ + đại từ nghi vấn
疑問句：主語（有）＋形容詞＋疑問代詞

主語	動詞＋ rất ＋形容詞	地點
Cái áo này 這件衣服	có đẹp 漂亮	không? 嗎？
Món ăn này 這道菜	có ngon 好吃	không? 嗎？
Cái này 這個	có đắt 貴	không? 嗎？

註：「quá, lắm」常用在口語，帶有情感，強調說話者當下的驚訝感。
　　「rất」沒有否定情態。

Chủ ngữ + động từ + phó từ chỉ mức độ + tính từ + địa điểm
主語＋動詞＋程度副詞＋形容詞＋地點

主語	動詞＋程度副詞（rất）＋形容詞	地點
Sản phẩn này 這產品	bán rất chạy 賣很快	ở nước ngoài. 在國外。
Hàng này 這貨	bán rất chạy 賣很快	ở Việt Nam. 在越南。

Chủ ngữ + địa điểm + động từ + tính từ + phó từ chỉ mức độ
主語＋地點＋動詞＋形容詞＋程度副詞

主語	地點	動詞＋形容詞＋程度副詞
Sản phẩn này 這產品	ở nước ngoài 在國外	bán chạy lắm. 賣很快。
Hàng này 這貨	ở Việt Nam 在越南	bán chạy lắm. 賣很快。

Câu nghi vấn: Chủ ngữ + địa điểm + động từ + đại từ nghi vấn
疑問句：主語＋地點＋動詞＋形容詞＋疑問代詞

主語	地點	動詞＋形容詞	疑問代詞
Sản phẩm này	ở nước ngoài	bán chạy	không?
這產品	在國外	賣好	嗎？
Hàng này	ở Việt Nam	bán chạy	không?
這貨	在越南	賣好	嗎？

Luyện tập
練習

1. Dùng 'rất/quá/lắm' xem tranh tập nói.
   用「rất/quá/lắm」看圖說話。

(1) áo khoác – đẹp   (2) hàng – rẻ   (3) phở – ngon   (4) áo – đẹp

(5) quần – dài   (6) giày – đẹp   (7) bít tất – rẻ   (8) trà – thơm

(9) bún – ngon   (10) mì – ngon   (11) cà phê –   (12) nước trái cây-
                                        thơm   thơm

Bài 4

2. Dùng mẫu câu đã cho xem tranh tập nói.
   請利用下面句型，參考插圖並完成對話。

A：Chào ......, ... muốn mua gì ạ?

B：Tôi muốn mua ......

A：……好，……要買什麼？

B：……我想買……。

(1) _____ (2) _____

(3) _____ (4) _____

(5) _____ (6) _____

(7) _____ (8) _____

3. Nghe nội dung hội thoại lựa chọn đáp án chính xác.
聽對話內容，選擇正確答案。

▶ MP3-035

(1) (　) A：một đôi giày　　　　　B：một đôi tất

　　　　 C：một đôi dép

(2) (　) A：áo sơ mi trắng cỡ S.　B：áo sơ mi xanh cỡ S.

　　　　 C：áo khoác trắng cỡ S.　D：áo khoác xanh cỡ S.

(3) (　) A：áo khoác　　　　　　B：áo sơ mi

　　　　 C：quần soóc　　　　　 D：quần dài

(4) (　) A：20 Đài tệ　　　　　　B：15 Đài tệ

　　　　 C：10 Đài tệ　　　　　　D：25 Đài tệ

(5) (　) A：cỡ S　　　　　　　　B：cỡ M

　　　　 C：cỡ L　　　　　　　　D：cỡ XL

(6) (　) A：màu vàng　　　　　　B：màu trắng

　　　　 C：màu đen　　　　　　 D：màu xanh

Bài 4

5

Cái này bao nhiêu tiền?
這個多少錢？

Phát âm cơ bản ôn tập ghép vần với 2 nguyên âm

複習 — 雙母音之拼音

在第3課中學到了11個「前響韻母」及9個「後響韻母」，本課中再複習一次這22個韻母。此外，還要多學習3個無添加韻尾的特別韻母。

1. **前響韻母**：ai、ao、eo、êu、iu、ơi、oi、ôi、ui、ưi、ưa，共11個。

2. **後響韻母**：ay、au、ây、âu、oa、oe、uê、uy、ưu，共9個。

Phụ âm + vần phát âm phía trước/vần phát âm phía sau
子音＋前響韻母/後響韻母　　▶ MP3-036

前響韻母	子音＋前響韻母	後響韻母	子音＋後響韻母
ai	bai , tai , mai , khai, ngai, hai, lai, thai, sai, vai	ay	bay , tay, may, khay, ngay, hay, nay, thay, say, vay
ao	cao, sao, bao, giao, thao, nhao, dao, mao, tao	au	cau, sau, bau, giàu, thau, nhau, rau, máu, tàu
		ây	bây, cây, dây, đây, chây, gây, mây, hây, nhây, trây
		âu	bâu, câu, dâu, đâu, châu, gâu, mâu, hâu, nhâu, trâu
eo	đeo, theo, kheo, keo, reo, leo, neo, veo, xeo, seo, teo	êu	đêu, thêu, khêu, kêu, rêu, lêu, nêu, vêu, xêu, sêu, têu
iu	liu, tiu, khiu, hiu, nghiu	ia	bia, tia, khía, mía, đỉa, kia, địa
ơi	bơi, cơi, dơi, hơi, khơi, lơi, nhơi, thơi, tơi, trơi, vơi, xơi	oe	choe, hoe, khoe, loe, ngoe, xoe, toe, hoè, khoé, loè, toè
oi	choi, hoi, khoi, loi, ngoi, soi, toi, hòi,khói, lòi, tòi, xoi	oa	choa, hoa, khoa, loa, ngoa, xoa, toa, hoà, khoá, loà, toà

ôi	bôi, côi, dôi, hôi, khôi, lôi, nhôi, thôi, tôi, trôi, vôi, xôi		
ui	sui, chui, tui, trui, phui, thui	uy	suy, chuỳ, tuy, truy, phuy
ưa	bữa, cưa, dưa, đưa, mưa, tựa, thưa, giữa, nhựa, ngựa	ưu	hưu, lưu, ngưu, tựu, sửu, mưu, khứu, bưu
ứi	gửi, chửi, ngửi, cửi	uê	huê, khuê, thuê, xuê, xuề, xuể, huế, thuế, tuế, duệ
ua	búa, mùa, của , thua , chua, lụa		

▶ Nghe MP3 và điền các vần. 請聽音檔，並填入正確的韻母。　▶ MP3-037

(1) Đ___ là nước tr___ cây. (ây/ái)　這是果汁。

(2) Ch___ Thừa Hạo. (ào/au)　承豪好。

(3) D___ hấu n___ bao nhiêu tiền? (ày/ưa)　這西瓜多少錢？

(4) Tôi là t___ xế. (ài/ ày)　我是司機。

(5) Kia là m___ điều h___. (áy/òa)　那是冷氣。

(6) T___ bị đau m___. (ôi/ũi)　我鼻子痛。

(7) Chị muốn m___ gì? (ua/oa)　你要買什麼？

(8) Bố em kh___ không? (ỏe/ẻo)　你爸爸好嗎？

(9) Đ___ là đ___ mỳ. (ĩa/ấy)　那是麵盤。

(10) T___ là người Đài Loan. (ôi/ơi)　我是臺灣人。

▶ Nghe MP3 và điền các vần thích hợp. 請聽音檔，並填入合適的韻母。
(ao, ái, ua, ay, ực, ĩa, ối, ia, ợi, ây, áo, ia)　▶ MP3-038

(1) c___ này　這個　　(2) hôm n___　今天　　(3) t___ mai　明天晚上

(4) b___ nhiêu　多少　(5) muốn m___　想買　(6) th___ đơn　菜單

(7) b___ hơi　啤酒　　(8) đ___ một chút　等一下　(9) đ___ mì　(一) 盤麵

(10) trái c___　水果　(11) quả t___　蘋果　(12) cái k___　那個

Hội thoại cuộc sống và thương mại

生活與商務會話

1. Từ mới　生詞： ▶ MP3-039

單字	詞性	中文	單字	詞性	中文
tạm	形容詞	不錯	mắc/đắt	形容詞	貴
tính	動詞	算	một chút	名詞	一下
bớt	動詞	減少	thực đơn	名詞	菜單
giá	名詞	價格	bàn ăn	名詞	餐桌
đợi	動詞	等	trả lại	動詞	還/找（錢）
chỗ	單位詞	坐位	đưa cho	詞組	遞給
Đồng	名詞	（越南）盾	muốn	動詞	要
mua	動詞	買	bán	動詞	賣
uống	動詞	喝	nước	名詞	水
bát	名詞	碗	cơm	名詞	飯
rau	名詞	菜	trà	名詞	茶
cà phê	名詞	咖啡	nước trái cây	名詞	果汁
nhà vệ sinh	名詞	廁所	trà sữa trân châu	名詞	珍珠奶茶
sân bay	名詞	機場	nhà hàng/ hàng ăn	名詞	餐廳
khách sạn	名詞	旅館	rẻ	形容詞	便宜
bình thường	形容詞	一般	không đắt	形容詞	不貴

註：越南盾寫法比較特殊。在紙鈔上的寫法是全都是大寫「ĐỒNG」。
　　例：2,000盾＝2.000 đồng＝HAI NGHÌN ĐỒNG。
　　但是當「盾」是單獨一個詞彙時，第一個字要大寫。
　　例：Đồng
　　在文章中或收據上的寫法是「đồng」。
　　例：2,000盾＝2.000 đồng＝Hai nghìn đồng。
　　簡寫實則是2,000盾＝2.000 đồng或2.000 đ

2. Số từ 數字：

越南語數字的發音普遍單純，但還是有幾個數字要注意發音時的改變，分別整理如下。

1 một	11 mười một	21 hai mươi **mốt**	40 bốn mươi
2 hai	12 mười hai	22 hai mươi hai	50 năm mươi
3 ba	13 mười ba	23 hai mươi ba	60 sáu mươi
4 bốn	14 mười bốn	24 hai mươi **tư/bốn**	70 bảy mươi
5 năm	15 mười **lăm**	25 hai mươi **lăm/nhăm**	80 tám mươi
6 sáu	16 mười sáu	26 hai mươi sáu	90 chín mươi
7 bảy	17 mười bảy	27 hai mươi bảy	100 một trăm
8 tám	18 mười tám	28 hai mươi tám	105 một trăm **linh năm** một trăm **lẻ năm**
9 chín	19 mười chín	29 hai mươi chín	115 một trăm mười **lăm**
10 mười	20 hai **mươi**	30 ba **mươi**	1.000 một **nghìn** một **ngàn**

註：越南語從21到99的一般說法是，21「hai mươi mốt」、99「chín mươi chín」，
但可以簡說成，21「hai mốt」、91「chín mốt」。
在越南有一些地區習慣把10「mười」說成「một chục」。

10：một chục ⎫
20：hai chục ⎪ 但這些說法後面常出現名詞。
30：ba chục ⎬ 如：Một chục trứng.（十顆蛋。）
35：ba chục rưỡi ⎭

Bài 5

3. Hội thoại　會話：

Khách hàng：Cái này bao nhiêu tiền?

Nhân viên bán hàng：Cái này giá ba trăm chín mươi chín Đài tệ. (399 – ba trăm chín chín)

Khách hàng：Một lô hàng có bao nhiêu hộp?

Nhân viên bán hàng：Một lô hàng có năm trăm hộp. (500)

Khách hàng：Mắc quá! Bác bớt một chút đi. (Bác giảm giá một chút đi.)

Nhân viên bán hàng：Hôm nay bác là khách hàng đầu tiên, bớt bác chín Đài tệ. (9)

Khách hàng：Gửi bác bốn trăm Đài tệ. (400)

Nhân viên bán hàng：Trả lại bác mười Đài tệ. (10)

中文翻譯

顧客：這個多少錢？

售貨員：這個價錢三百九十九臺幣。

顧客：一批貨有多少盒？

售貨員：一批貨有五百盒。

顧客：很貴喔！您減少一些吧。（您降價一點吧。）

售貨員：今天您是第一位客人，便宜您九臺幣。

顧客：給您四百臺幣。

售貨員：找您十臺幣。

▶ Xem tranh tập nói theo mẫu. 請利用下面句型，並參考插圖完成對話。

句型 1

A：...... này bao nhiêu tiền?

B：...... này giá ....

A：這……多少錢？

B：這……價錢……。

(1) dép
200 Đài tệ

(2) áo khoác
1.000 Đài tệ

(3) áo sơ mi
250 Đài tệ

(4) quần soóc
100 Đài tệ

(5) quần dài
500 Đài tệ

(6) Váy
2.000 Đài tệ

(7) giày
1.500 Đài tệ

(8) bít tất
20 Đài tệ

句型 2

Hôm nay ...... là khách hàng đầu tiên, bớt ....

今天……是第一位客人，便宜……。

(1) 20 Đài tệ   (2) 10 Đài tệ   (3) 40 Đài tệ   (4) 100 Đài tệ   (5) 30 Đài tệ

Bài 5

會話 2

Hàng ăn

Khách hàng：Chị ơi, cho tôi xem thực đơn.

Nhân viên cửa hàng：Vâng, anh đợi một chút.

Khách hàng：Chị cho tôi bốn bát phở, hai đĩa gỏi cuốn, một đĩa rau.

Nhân viên cửa hàng：Vâng ạ, anh chị muốn uống gì không?

Khách hàng：Cho chúng tôi bốn ly bia hơi.

中文翻譯

餐廳

顧客：小姐，給我看菜單。

店員：是，請您等一下。

顧客：請給我四碗河粉，兩盤生春捲，一盤菜。

店員：是的，您們要喝什麼嗎？

顧客：請給我們四杯啤酒。

▶Xem tranh tập nói theo mẫu. 請利用下面句型，並參考圖案完成對話。

句型 3

A：...... ơi, cho tôi ......

B：Vâng, ... đợi một chút.

A：……，拿……給我。

B：是，請……等一下。

(1) đĩa rau　　(2) bát phở　　(3) xem thực đơn　(4) xem hóa đơn

(5)ly trà   (6)ly nước trái cây   (7)đĩa gỏi cuốn   (8)ly bia

Ngữ pháp
語法

1. Số từ 數字：

(1) 當「0」在百位數以上中與其他數字結合時，可以說「linh」或「lẻ」。例如「104」中文會念「一百零四」，而在越南語中一百「零」四的「零」可以說「linh」或「lẻ」，也就是「một trăm linh tư」或「một trăm lẻ bốn」。至於「1.106」中文會念「一千一百零六」，而越南語就是「một nghìn một trăm linh sáu」或「một nghìn một trăm lẻ sáu」。

(2) 當「1」在1、11、101、111時，念法是「một」。

(3) 當「1」在21、31、41、51、61、71、81、91時，念法是「mốt」。

　・11 (mười một), 12 (mười hai), 15 (mười lăm), ...,19 (mười chín) 在這裡的「十」都念「mười」。

　・20 (hai mươi), 21 (hai mươi mốt), 24 (hai mươi bốn), ..., 99 (chín mươi chín) 在這裡的「十」都念「mươi」。其中24可念「hai mươi tư」或「hai mươi bốn」。

　・從21到99中間的「mươi」可以省略，21 (hai mốt) – 99 (chín chín)。

(4) 當「4」在24、34、44、54、64、74、84、94、104時，念法是「tư/bốn」。

(5) 當「5」在15、25、35、45、55、65、75、85、95、115時，念法是「lăm」。

(6) 當「5」在25、35、45、55、65、75、85、95、125時，還可以念「nhăm」。

(7) 當「10」在單獨念時，念法是「mười」。但從20到90的「十」，念法則是「mươi」。

另外，當越南語表達1,000以上的數字時，要特別注意念法。首先「1,000」本身也有兩種念法，可念「nghìn」或「ngàn」。由於越南語的數字與中文有很大的不同，所以要多花時間熟習以下的越南語數字念法。

nghìn tỷ 兆	tỉ/ tỷ 十億	triệu 百萬	nghìn (ngàn) 千	trăm 百	cách nói 説法
				100	một trăm 百
			1.	000	một nghìn 千
			10.	000	mười nghìn 十千
			100.	000	một trăm nghìn 百千
		1.	000.	000	một triệu 百萬
		10.	000.	000	mười triệu 十「百萬」
		100.	000.	000	một trăm triệu 百「百萬」
	1.	000.	000.	000	một tỷ 十億
	10.	000.	000.	000	mười tỷ 十「十億」
	100.	000.	000.	000	một trăm tỷ 百「十億」
1.	000.	000.	000.	000	Một nghìn tỷ 兆

用(.)點隔開 跟中文用(，)隔開不同

- một **vạn** / mười **nghìn** = 10.000 = 一萬/十千
- một **triệu** = 1.000.000 = 一百萬
- một **trăm triệu** = 100.000.000 = 一億
- một **tỷ** = 1.000.000.000 = 一秭（十億）
- <u>Một **nghìn** hai trăm ba mươi bốn **tỷ**, năm trăm sáu mươi bảy</u> **triệu**, tám trăm chín mươi **nghìn** = 1.234.567.890.000 = 一兆兩千三百四十五億六千七百八十九萬（一千兩百三十四十億，五百六十七百萬，八百九十千）

2. Danh từ chỉ đơn vị thường dùng 常使用的單位名詞：

Số từ + danh từ đơn vị + danh từ **數字＋單位詞＋名詞**

數字 Số từ	單位詞 danh từ đơn vị	名詞 danh từ
4	bát 碗	phở. 河粉
2	đĩa 盤	rau. 菜
4	ly 杯	bia. 啤酒

Từ đơn vị 單位詞/量詞

名詞屬性	單位詞	例如
物品	cái/chiếc 個	cái bàn 桌子、cái bát 碗、cái đĩa 盤
動物	con 隻、頭、尾、條	con cá 魚、con bò 牛、con gà 雞
樹木	cây 棵	cây chuối 香蕉樹、cây táo 蘋果樹
植物	bông 朵、cành 枝、gốc 根、mớ 把	bông hoa 朵花、cành táo 枝蘋果、gốc chuối 根香蕉、mớ rau 把菜
水果/球狀物（中、大）	quả/ trái 顆	quả táo 蘋果、quả na 釋迦
水果（籽、顆粒）	hạt 籽	hạt cam 柳橙籽、hạt na 釋迦籽
根莖	củ 根	củ khoai 地瓜、củ tỏi 蒜頭、củ cà rốt 紅蘿蔔
成雙	đôi 雙	đôi tất 襪子、đôi giày 鞋子
成雙的其中一個	chiếc 支	chiếc tất 支襪子
紙張（薄）	tờ 張	tờ giấy 紙、tờ lịch 月曆、tờ báo 報紙
張（厚）	tấm 片	tấm ảnh 照片、tấm bản đồ 地圖
紙張（牆上掛）	bức 幅	bức tranh 畫、bức ảnh 照片
成套	bộ 套	bộ bát 套碗、bộ chén 套杯子、bộ nồi 套鍋子
成疊	tệp 疊、則	tệp giấy 疊紙、tệp tin 則訊息
容量單位詞	ly 杯、cốc 杯、bát 碗、đĩa 盤、nồi 鍋	ly nước 杯水、cốc nước 杯水、bát phở 碗河粉、đĩa rau 盤菜、nồi cơm 鍋飯、nồi rau 鍋菜、nồi thịt 鍋肉
度量單位詞	cân 公斤、mét 米、lít 公升....	cân táo 蘋果、mét vải 匹布、lít nước 公升水

3. Câu hỏi 'mấy', 'bao nhiêu'
詢問數量時的疑問詞「mấy」、「bao nhiêu」：

越南文中詢問數量的疑問詞，會依據數量的不一樣而不同，可分為數量1～9及數量10以上。數量是1～9時，疑問詞是「mấy」；數量是10以上時，疑問詞是「bao nhiêu」。

Câu hỏi 'mấy' **疑問詞「mấy」**

Q主語	動詞	疑問詞（數詞）	受詞
Một hộp 一盒	có 有	mấy 幾/多少	cái? 個？

A主語	動詞	數字	受詞
Một hộp 一盒	có 有	10	cái. 個。

Câu hỏi 'bao nhiêu' **疑問詞是「bao nhiêu」**

Q 主語	疑問詞	受詞
Cái này 這個	bao nhiêu 多少/幾	tiền? 錢？
Cái kia 那個	bao nhiêu 多少/幾	tiền? 錢？
Lô hàng này 這批貨	bao nhiêu 多少/幾	tiền? 錢？
Lô hàng kia 那批貨	bao nhiêu 多少/幾	tiền? 錢？

A 主語	名詞	數詞
Cái này 這個	giá 價錢	399 đồng 盾
Cái kia 那個	giá 價錢	399 đồng 盾

越南文有時也可以用簡單的方式詢問價錢：

‧Bít tất bán thế nào? 襪子怎麼賣？

‧Áo khoác giá bao nhiêu? 外套價格多少？

在超市買東西時，越南人不會討價還價。如果在店面看到標價可以接受，就會直接付錢，這時可以說：

‧Chị ơi, tính tiền. 小姐，算錢。

‧Anh ơi, tính tiền. 先生，算錢。

Luyện tập

練習

1. Dùng 'A：...... này bao nhiêu tiền? B：...... này giá ....'
   xem tranh tập nói.
   用「A：...... này bao nhiêu tiền? B：...... này giá ....」看
   圖說話。

(1) phở 河粉
40.000 đồng

(2) mì 麵
42.000 đồng

(3) bún 米線
40.000 đồng

(4) nước 水
10.000 đồng

(5)cà phê 咖啡
45.000 đồng/ly

(6)trà 茶
25.000 đồng/ly

(7)nước trái cây
果汁
45.000 đồng/ly

(8)hàng 貨
100.000 đồng/lô

2. Dùng '...... cho ......' xem tranh tập nói.
   用「...... cho ......」看圖說話

(1) hai bát phở

(2) ba bát cơm

(3) một đĩa gỏi cuốn

(4) hai đĩa mì

(5) một đĩa bún

(6) một ly cà phê

3. Nghe nội dung hội thoại lựa chọn đáp án chính xác.
聽對話內容，選擇正確答案。 ▶ MP3-043

(1) (　) A：bún   B：phở
　　　　　C：cơm   D：rau

(2) (　) A：1 cân   B：2 cân
　　　　　C：3 cân   D：4 cân

(3) (　) A：phở và rau   B：cơm và gỏi cuốn
　　　　　C：phở và gỏi cuốn   D：cơm và phở

(4) (　) A：10.000 đồng   B：20.000 đồng
　　　　　C：30.000 đồng   D：40.000 đồng

(5) (　) A：20 hộp   B：30 hộp
　　　　　C：40 hộp   D：50 hộp

(6) (　) A：đắt   B：rẻ
　　　　　C：bình thường   D：không rẻ

Thủ tục sân bay.

機場登機手續。

Phát âm cơ bản ghép vần hai nguyên âm

複習 — 三個特別的雙母音 [ie]、[uo]、[ɯɤ]

在第4課已學到了[ie]、[uo]、[ɯɤ] 3個特別雙母音（韻母）的組合，本課中再複習一次。

Phụ âm đơn/phụ âm ghép + nguyên âm đôi [ie] (ia, iê) + vần cuối
子音/雙子音＋[ie]（ia, iê）＋韻尾　　▶ MP3-044

韻母 ＼ 子音	b	t	th	ch
ia	bia	tia	thia	chia
iêm	biếm	tiêm	thiêm	chiêm
iên	biên	tiên	thiên	chiên
iêng	biếng	tiếng	thiêng	chiêng
iêt	biết	tiết	thiết	chiết
iêc	biếc	tiếc	thiếc	chiếc
iêu	biểu	tiêu	thiêu	chiêu

註：「iêc/iêt」只能跟銳聲、重聲結合。

Phụ âm đơn/phụ âm ghép + nguyên âm đôi [ie] (iê/yê) + vần cuối
子音/雙子音＋[ie](iê/yê)＋韻尾　　▶ MP3-045

韻母 ＼ 子音	t	th	x	d
iêm	tiêm	thiêm	xiêm	diêm
iên	tiên	thiên	xiên	diên
iêt	tiết	thiết	xiết	diết
iêc	tiếc	thiếc	xiếc	diếc
iêu	tiêu	thiêu	xiêu	diêu
uyên	tuyên	thuyên	xuyên	duyên

註：「uyêt」只能跟銳聲、重聲結合。

子音 韻母	q	ng	kh	h
uyên	quyên	nguyên	khuyên	huyên
uyêt	quyết	nguyệt	khuyết	huyết

註：「uyêt」只能跟銳聲、重聲結合。

Phụ âm đơn/phụ âm kép ghép + nguyên âm đôi [ie](ia/ya, iê/yê) + vần cuối
子音/雙子音＋[ie](ia/ya, iê/yê)＋韻母或韻尾 ▶ MP3-046

子音 韻母	t	x	l	kh
ia	tía	xỉa	lia	khía
uya	tuya	xuya	luya	khuya
iêm	tiêm	xiêm	liêm	khiêm
iên	tiên	xiên	liên	khiên
iêu	tiêu	xiêu	liêu	khiêu
uyên	tuyên	xuyên	luyến	khuyên

Phụ âm đơn/phụ âm ghép + nguyên âm đôi [uo](ua,uô) + vần cuối
子音/雙子音＋[uo](ua, uô)＋韻尾 ▶ MP3-047

子音 韻母	b	t	th	đ	l	ch
ua	bua	tua	thua	đua	lúa	chua
uôn	buôn	tuôn	thuôn	đuồn	luôn	chuồn
uông	buông	tuông	thuồng	đuông	luông	chuông
uôt	buốt	tuốt	thuột	đuột	luột	chuột
uôc	buộc	tuốc	thuốc	đuốc	luộc	chuộc

註：「uôt」只能跟銳聲、重聲結合。

Phụ âm đơn + nguyên âm đôi [uo](ua, uô) + vần cuối
子音＋[uo](ua, uô)＋韻尾

▶ MP3-048

韻母 ＼ 子音	b	m	x	n	r	c
ua	bua	mua	xua	nua	rùa	cua
uôi	buổi	muôi	xuôi	nuối	ruồi	cuỗi
uôm	buồm	muỗm	xuộm	nuốm	ruộm	cuỗm

Phụ âm đơn/phụ âm ghép + nguyên âm đôi [ɯɤ](ưa, ươ) + vần cuối
子音/雙子音＋[ɯɤ](ưa, ươ)＋韻尾

▶ MP3-049

韻母 ＼ 子音	b	t	c	ng
ưa	bữa	tựa	cưa	ngứa
ươi	bươi	tươi	cười	người
ương	bương	tương	cương	ngường
ươc	bước	tước	cước	nguước

註：「ươc」只能跟銳聲、重聲結合。

Phụ âm đơn + nguyên âm đôi [ɯɤ](ưa, ươ)+ vần cuối
子音＋[ɯɤ](ưa, ươ)＋韻尾

▶ MP3-050

韻母 ＼ 子音	m	t	n	r
ươu	mưỡu	tườu	nướu	rượu
ươm	-	tươm	nườm	-
ươn	mướn	-	-	-
ương	mương	tương	nương	rương
ươp	mướp	tướp	nượp	-

Hội thoại cuộc sống và thương mại

生活與商務會話

1. Từ mới 生詞：

▶ MP3-051

單字	詞性	中文	單字	詞性	中文
sân bay	名詞	機場	hành lý ký gửi	名詞	託運行李
ký gửi	動詞	托運	hành lý xách tay	名詞	手提行李
hộ chiếu	名詞	護照	thẻ hành lý	名詞	行李託運卡
thủ tục	動詞	手續	thẻ lên máy bay	名詞	登機證
hành lý	名詞	行李	đổi ngoại tệ	詞組	外幣兌換
chỗ ngồi	名詞	座位	kiểm tra vé	詞組	驗票
thị thực	名詞	簽證	lên máy bay	詞組	上飛機
xin	動詞	請	chỗ gần cửa sổ	名詞	靠窗座位
xuất trình	動詞	出示	chỗ gần lối đi	名詞	靠走道座位
hay	連接詞	或是、還是	chơi	動詞	玩
công tác	動詞	出差	du học	動詞	留學
du lịch	動詞	旅遊	thăm người thân	動詞	探親
làm ăn	動詞	做生意	ký hợp đồng	動詞	簽合約

Bài 6

2. Hội thoại 會話

▶ MP3-052

Quầy phục vụ hàng không

Nhân viên hàng không：Chào anh, Xin anh xuất trình hộ chiếu.

Khách hàng：Đây là hộ chiếu của tôi.

Nhân viên hàng không：Xin hỏi anh có hành lý ký gửi không?

Khách hàng：Có, đây là hành lý ký gửi của tôi.

Nhân viên hàng không：Vâng, đây là thẻ lên máy bay và thẻ hành lý của anh.

Khách hàng：Cảm ơn cô!

Nhân viên hàng không：Xin hỏi anh chọn chỗ ngồi gần cửa sổ hay chỗ ngồi gần lối đi?

Khách hàng：Chỗ ngồi gần cửa sổ.

中文翻譯

機場櫃台

機場地勤：您好，請出示您的護照。

顧客：這是我的護照。

機場地勤：請問您有托運行李嗎？

顧客：有，這是我要托運的行李。

機場地勤：是的。這是您的登機證及行李托運卡。

顧客：謝謝妳！

機場地勤：請問您要靠窗的位子還是靠走道的位子？

顧客：請給我靠窗的位子。

會話 2

Hành khách A : Chào em. Em là người Việt Nam phải không?

Hành khách B : Không ạ, em là người Đài Loan. Còn chị?

Hành khách A : Chị là người Việt Nam. Em sang Việt Nam du lịch hay du học?

Hành khách B : Em sang Việt Nam du học ạ. Còn chị?

Hành khách A : Chị về Việt Nam thăm người thân.

中文翻譯

顧客A：你好。你是越南人嗎？

顧客B：不是，我是臺灣人。妳呢？

顧客A：我是越南人。你到越南旅遊還是留學？

顧客B：我到越南留學。妳呢？

顧客A：我回越南探親。

▶ Dùng 'Đây là ...... của tôi.' xem tranh tập nói.

用「Đây là ...... của tôi.」看圖說話。

(1) hộ chiếu
護照

(2) thị thực
簽證

(3) thẻ lên máy bay
登機證

(4) chứng minh thư nhân dân
身分證

(5) hành lý
行李

(6) hóa đơn
收據

(7) thẻ hành lý
行李託運卡

(8) thẻ tạm trú
居留證

Bài 6

Ngữ pháp
語法

1. Biểu đạt yêu cầu 提出要求：

當要向對方提出請求時，句子會用「Làm ơn」（麻煩）這樣的「客氣詞語」開頭。

客氣詞語	介詞	主語	動詞	受詞
Làm ơn	cho	tôi	xem	hộ chiếu.
麻煩	給	我	看	（您的）護照。
Làm ơn	cho	tôi	xem	thị thực.
麻煩	給	我	看	簽證。
Làm ơn	cho	tôi	xem	vé máy bay.
麻煩	給	我	看	飛機票。
Làm ơn	cho	tôi	xem	thẻ lên máy bay.
麻煩	給	我	看	登機證。
Làm ơn	cho	tôi	xem	chứng minh thư nhân dân.
麻煩	給	我	看	身分證。
Làm ơn	cho	tôi	xem	giấy báo hải quan.
麻煩	給	我	看	海關申報單。

2. Sở hữu 所有格：

當要表示物品的所有格時，會在名詞後面加上所有格「của」（của＋人稱代詞），形成「名詞＋所有格＋人稱代詞」。

指示代詞		動詞		名詞＋所有格＋人稱代詞
Đây	這	là	是	hộ chiếu của tôi. 我的護照。
Đây	這	là	是	vé máy bay của tôi. 我的機票。
Đây	這	là	是	thị thực của tôi. 我的簽證。
Đây	這	là	是	thẻ lên máy bay của tôi. 我的登機證。
Đây	這	là	是	hành lý của tôi. 我的行李。

3. Hỏi nhu cầu 詢問需求：

當要詢問對方需求時，會在「主語」前面加上「Xin hỏi」（請問），是禮貌、客氣的用法。

主語	動詞	受詞	疑問
Xin hỏi quý khách 請問貴賓	muốn ký gửi 要托運	hành lý 行李	không? 嗎？
Xin hỏi anh 請問你	muốn mua 想買	thẻ điện thoại 電話卡	không? 嗎？
Xin hỏi em 請問妳	muốn đổi 想兌換	ngoại tệ 外幣	không? 嗎？
Xin hỏi em 請問妳	muốn đi 想去	xe tắc xi 計程車	không? 嗎？

4. Hỏi về lựa chọn 詢問選擇：

當要詢問對方的選擇時，會在兩個選項的受詞之間加上連接詞「hay」（還是），以表現兩個可供選擇的項目。

主語	動詞	受詞 1	連接詞	受詞 2
Xin hỏi quý khách 請問顧客	chọn 選	chỗ ngồi gần cửa sổ 靠窗位子	hay 還是	chỗ ngồi gần lối đi? 靠走廊位子？
Xin hỏi chị 請問妳	uống 喝	cà phê 咖啡	hay 還是	trà? 茶？

Luyện tập

練習

1. Dùng 'Chào ......, xin ...... xuất trình ....?' xem tranh tập
   nói. 用「Chào ......, xin ...... xuất trình .... 」看圖說話。

(1) hộ chiếu

(2) thị thực

(3) thẻ lên máy bay

(4) chứng minh thư nhân dân

(5) hộ chiếu

(6) thị thực

Bài 6

2. Dùng 'Đây là ....' xem tranh tập nói.
用「Đây là ....」看圖說話。

(1) hộ chiếu

(2) thị thực

(3) thẻ lên máy bay

(4) chứng minh thư

(5) hành lý

(6) hóa đơn

(7) thẻ hành lý

(8) thẻ tạm trú

3. Dùng 'Xin hỏi ...... muốn ...... không?' xem tranh tập nói.
用「Xin hỏi ...... muốn ...... không?」看圖說話。

(1) ký gửi hành lý

(2) mua thẻ điện thoại

(3) đổi ngoại tệ

(4) gọi tắc xi

4. Dùng 'Xin hỏi ...... uống (ăn) ...... hay ......' xem tranh tập nói.
用「Xin hỏi ...... uống (ăn) ...... hay ......」圖說話。

(1) trà – cà phê

(2) trà – nước trái cây

(3) sữa – sữa đậu nành

(4) bia hơi – rượu

(5) mì – phở

(6) gỏi cuốn – rau

5. Nghe nội dung hội thoại lựa chọn đáp án chính xác.
   聽對話內容，選擇正確答案。 ▶ MP3-054

(1) (　) A：trà　　　　　　　　　　　　B：trà sữa
　　　　C：cà phê　　　　　　　　　　D：nước trái cây

(2) (　) A：hộ chiếu　　　　　　　　　　B：thị thực
　　　　C：chứng minh thư nhân dân　　D：vé lên máy bay

(3) (　) A：ở chợ　　　　　　　　　　　B：ở sân bay
　　　　C：ở công ty　　　　　　　　　D：ở trường học

(4) (　) A：hộ chiếu　　　　　　　　　　B：chứng minh thư nhân dân
　　　　C：thị thực　　　　　　　　　　D：thẻ hành lý

(5) (　) A：cơm gà　　　　　　　　　　B：phở bò
　　　　C：mỳ Đài Loan　　　　　　　　D：cơm Hàn Quốc

(6) (　) A：ông Nam　　　　　　　　　　B：ông Lâm
　　　　C：Bà Lan　　　　　　　　　　D：Bà Lân

Gọi tắc xi.

叫計程車。

Phát âm cơ bản ghép vần với ba nguyên âm

基礎發音 — 由三母音組成之韻母

　　越南語的韻母有些由雙母音組成，有些由三母音組成。本課要認識由三母音組成的韻母，同時會與雙母音組成韻母的發音做比較。

Ba nguyên âm 越南語的三母音的韻母　▶ MP3-055

韻母						[ie]	[uo]	[ɯɤ]	
oai	oao	oay	oeo	uây	uyu	iêu	uya	uôi	ươi	ươu

So sánh ghép vần giữa nguyên âm đôi và nguyên âm ba
比較雙母音的韻母及三母音的韻母　▶ MP3-056

無介音	ai	ay	eo	ây	ia
有介音	oai	oay	oeo	uây	uya

備註：雙母音的韻母在發音時，只有「eo」嘴型會往兩側張開，其他三母音的韻母在發音時嘴型會呈現嘟嘴的狀態。

So sánh ghép vần giữa nguyên âm đôi và nguyên âm ba
比較雙母音的韻母及三母音的韻母，在拼音時發音方式　▶ MP3-057

雙母音	uy	iu	ui	uí	ưu
三母音	uyu	iêu	uôi	ươi	ươu

備註：uy、iu、ui、ưu在發音時，嘴型會呈現嘟嘴狀。
　　　uyu、iêu、ươu在發音時，嘴型會呈現嘟嘴狀且聲音會拉長。
　　　uôi在發音時，嘴型會先嘟嘴，之後往兩側張開。
　　　uí、ươi在發音時，嘴型要往兩側張開。
前響三母音：yêu、iêu在發音時，前面兩個母音的聲音比較明顯。
中響三母音：oai、oao、oeo、uyu、uôi、uya、ươi、ươu在發音時，中間的母音聲音比較明顯。
後響三母音：oay、uây在發音時，最後一個母音的聲音比較明顯。

Phụ âm đơn, phụ âm ghép＋ai, oai, ay, oay, eo, ây, uya

子音/雙子音＋ai, oai, ay, oay, eo, ây, uya　　▶ MP3-058

韻母 ＼ 子音	t	th	x	l	s	ch	nh
ai	tai	thai	xài	lai	sai	chai	nhai
oai	toài	thoai	xoài	loài	soài	choài	nhoài
ay	tay	thay	xay	lay	say	chay	nhay
oay	-	-	xoay	loay	soay	-	nhoáy
eo	teo	theo	xeo	leo	seo	cheo	nheo
ây	tây	thây	xây	lây	sây	chây	nhây
uya	tuya	-	xuya	luya	-	-	-

Phụ âm ghép＋oai, oay, oeo, uây, uya

雙子音＋oai、oay、oeo、uây、uya　　▶ MP3-059

韻母 ＼ 子音	ng/ngh	kh
oai	ngoải	khoai
oay	ngoảy	khoáy
oeo	ngoèo	khoeo
uây	nguây	khuây
uya	-	khuya

Phụ âm đơn＋iêu, uôi, ươi, ươu

子音＋iêu、uôi、ươi、ươu　　▶ MP3-060

韻母 ＼ 子音	b	m	t
iêu	biếu	miếu	tiêu
uôi	buổi	muôi	tuổi
ươi	bươi	mươi	tươi
ươu	bươu	mưỡu	tườu

Phụ âm ghép＋uyu、ưu、ươu
雙子音＋uyu、ưu、ươu

▶ MP3-061

子音 韻母	ng	kh
uyu	nguỷu	khuỷu
ưu	ngưu	khứu
ươu	ngươu	khướu

▶Nghe MP3 điền chọn vần đúng. 請聽音檔，並填入正確的韻母。 ▶ MP3-062

1. Mở rộng thị trường xuất khẩu x___. (oài/ai) 開發芒果出口市場。

2. Hàng này được nhập từ nước ng___. (oai/oài) 這貨從國外進口。

3. Cái này bao nh___ tiền? (iên/ iêu) 這個多少錢？

4. Rất v___ được làm quen với anh. (ui/uy) 很高興認識您。

5. Xin giới th___ với anh. Đây là trưởng phòng. (iệu/iên)
謹為您介紹，這位是課長。

6. Có m___ trái táo. (ười/ươi) 有十顆蘋果。

Hội thoại cuộc sống và thương mại

生活與商務會話

1. Từ mới 生詞：

▶ MP3-063

單字	詞性	中文	單字	詞性	中文
tài xế	名詞	司機	thẻ	名詞	卡
khách sạn	名詞	旅館	lên	動詞	上
dây an toàn	名詞	安全帶	lấy	動詞	拿
tiền mặt	名詞	現金	đeo	動詞	繫上
phiền	動詞	麻煩	thanh toán	動詞	付款
đèn xanh đèn đỏ	名詞	紅綠燈	quẹt	動詞	刷
cửa	名詞	門	dừng/đỗ	動詞	停
đã	副詞	已經	đang	副詞	正在
sẽ	副詞	將	đi qua	動詞	經過
là tới	詞組	就到	túi nôn	名詞	嘔吐袋
khó chịu	形容詞	難受	ghế	名詞	椅子
trước	方位名詞	前面	sau	方位名詞	後
bên trái	方位名詞	左邊	bên phải	方位名詞	右邊
bên trên	方位名詞	上面	bên dưới	方位名詞	下面
bên trong	方位名詞	裡面	bên ngoài	方位	外面
đằng (phía) trước	方位名詞	前邊	đằng (phía) sau	方位	後邊
bên cạnh	方位名詞	旁邊	từ ... đến	句型	從……到……
chỉ	副詞	只	nhận	動詞	收
phiền/làm ơn	動詞	麻煩			

2. Hội thoại　會話：

會話 1　　　　　　　　　　　　　　　　　　　　▶ MP3-064

Tài xế：Chào anh, anh muốn đi đâu?

Hành khách：Tôi muốn tới khách sạn này.

Tài xế：Vâng, mời anh lên xe.

Tài xế：Phiền anh đeo dây an toàn.

Hành khách：Vâng, cảm ơn anh! Xin hỏi khách sạn này
　　　　　　　　cách đây xa không ạ?

Tài xế：Không xa lắm.

中文翻譯

司機：您好，您想去哪裡？

乘客：我想去這家旅館。

司機：是的，請您上車。
　　　麻煩您繫上安全帶。

乘客：是，謝謝您。請問這家旅館離這裡遠嗎？

司機：不太遠。

Trên đường đi

Hành khách：Tôi khó chịu quá! Làm ơn cho tôi một cái túi nôn.

Tài xế：Túi nôn để ở đằng sau ghế.

Hành khách：Chúng ta sắp đến khách sạn chưa anh?

Tài xế：Chúng ta đang đi trên đường Trần Phú. Đi qua hai đèn xanh đèn đỏ nữa là tới.

Hành khách：Vâng cảm ơn anh! Xin hỏi, có thể thanh toán bằng quẹt thẻ không?

Tài xế：Không, chúng tôi chỉ nhận thanh toán bằng tiền mặt.

Hành khách：Cảm ơn anh!

Tài xế：Anh ơi, đã đến khách sạn rồi. Dừng xe ở đây phải không ạ?

Hành khách：Không, phiền anh dừng ở trước khách sạn.

中文翻譯

路上

乘客：我好難受！麻煩給我一個嘔吐袋。

司機：嘔吐袋放在椅子後邊。

乘客：我們快到旅館了沒？

司機：我們正在陳富路上面。再過兩個紅綠燈就到了。

乘客：請問，可以用刷卡付款嗎？

司機：不，我們只能用現金付款。

乘客：謝謝您！

司機：已到旅館了。車停在這裡是嗎？

乘客：不，麻煩你停在旅館前面。

註：「làm ơn/phiền」翻譯成中文都是「麻煩」，但其用法有些不同。「làm ơn」有麻煩別人有給恩惠之意；而「phiền」則有造成別人麻煩之意。

Ngữ pháp
語法

1. Biểu đạt muốn tới một nơi nào đó 表達想要去某地點：

越南語中，表達要去某地點時，會用「muốn đi」（要去）一詞，下面整理出幾個應用「muốn đi」的例句。

Chủ ngữ+ muốn đi + tân ngữ / từ nghi vấn
主詞＋muốn đi＋受詞/疑問詞

主語	動詞	受詞 / 疑問詞
Anh 你	muốn đi 要去	đâu? 哪？
Tôi 我	muốn đi 要去	khách sạn. 旅館。
Em 你/妳	muốn đi 要去	bệnh viện. 醫院。
Giám đốc 經理	muốn đi 要去	công ty. 公司。
Trưởng phòng 課長	muốn đi 要去	sân bay. 機場。
cô ấy 她	muốn đi 要去	Hà Nội. 河內。
anh ấy 他	muốn đi 要去	Thành phố Hồ Chí Minh. 胡志明市。

2. Biểu đạt phương thức thanh toán 表達付款方式：

越南語中，當要表達支付方式時，可以用「Có thể thanh toán bằng」
（可以用……付款），下面整理出幾個應用「Có thể thanh toán bằng」的
例句。

Có thể thanh toán bằng + tân ngữ / từ nghi vấn
Có thể thanh toán bằng＋受詞/疑問詞

副詞	動詞（用……付款）	受詞 / 疑問詞
Có thể	thanh toán bằng	tiền mặt không?
可以	付款	現金嗎？→可以用現金付款嗎？
Có thể	thanh toán bằng	chuyển khoản không?
可以	付款	轉帳嗎？→可以用轉帳付款嗎？
Có thể	thanh toán bằng	quẹt thẻ không?
可以	付款	刷卡嗎？→可以用刷卡付款嗎？
Có thể	thanh toán bằng	tiền mặt.
可以	付款	現金。→可以用現金付款。
Có thể	thanh toán bằng	chuyển khoản.
可以	付款	轉帳。→可以用轉帳付款。
Có thể	thanh toán bằng	quẹt thẻ.
可以	付款	刷卡。→可以用刷卡付款。

除了在越南語，還有一個詞彙用法和中文比較接近，那就是「dùng」
（用）。

副詞	動詞 1	受詞	動詞 2
Có thể	dùng	tiền mặt	thanh toán không?
可以	用	現金	付款嗎？
Có thể	dùng	chuyển khoản	thanh toán không?
可以	用	轉帳	付款嗎？

3. Phó từ chỉ thời gian 時間副詞：

越南語中，有3個可以表達動作時間的副詞，分別是「đã」（已經）、「đang」（正在）、「sẽ」（將），説明如下。

(1)「Đã」（已經） 表示過去時態

主語	副詞	動	受詞	時間（了）
Tôi	đã	tới	khách sạn	rồi.
我	已經	到	旅館	了。
Anh	đã	ăn	cơm	lúc nãy rồi.
你/我	已經	吃	飯	剛才了。
Tôi	đã	gặp	anh ấy	rồi.
我	已經	見	他	了。

時間	主語	副詞	動	受詞（了）
Hôm qua,	anh ấy	đã	tới	khách sạn này.
昨天	他	已經	到	旅館這。
Lúc nãy,	tôi	đã	ăn	cơm rồi.
剛才	我	已經	吃	飯了。
Tuần trước,	tôi	đã	gặp	anh ấy.
上週	我	已經	見	他。

(2)「Đang」（正在） 表示正在進行中的事情

主語	副詞	動	受詞	地點
Tôi	đang	ăn	cơm	ở nhà hàng.
我	正在	吃	飯	在餐館。
Anh ấy	đang	lái	xe	ở trên đường.
他	正在	開	車	上路。
Nó	đang	uống	cà phê	ở trong phòng.
他	正在	喝	咖啡	裡房間。

我正在在餐館吃飯。
他正在在路上開車。
他正在在房間裡喝咖啡。

(3) 「sẽ」（將） 表示即將要發生的事情

時間	主語	副詞	動詞
Ngày mai	anh ấy	sẽ	làm bánh.
明天	他	將	做餅。
Tháng sau	tôi	sẽ	về Việt Nam.
下個月	我	將	回越南。
Cuối tuần	chị ấy	sẽ	mua từ điển.
週末	她	將	買字典。

4. Câu nghi vấn 疑問句「đã ... chưa?」

當要問對方是否完成某個行為或動作時，可以用「đã...chưa?」（已經～了沒？）。

Câu nghi vấn 'đã ... chưa?'
疑問句「已經……了沒？」

主詞	副詞	動詞	受詞	chưa?
Bạn	đã	ăn	cơm	chưa?
你/妳	已經	吃	飯	了沒？
Bạn	đã	uống	cà phê	chưa?
你/妳	已經	喝	咖啡	了沒？

5. Dùng đại từ nghi vấn hỏi về thời gian 'lúc nào/bao giờ/khi nào/hồi nào'
用疑問代詞「哪時 / 什麼時候 / 何時 / 哪時候」詢問時間。

「Lúc nào/Bao giờ/ Khi nào......」放在句首時，表示詢問將要發生事情的時間。

時間疑問代詞	主詞	動詞	受詞
Lúc nào	em	đi	Việt Nam?
哪時	你	去	越南？ →你哪時去越南？
Lúc nào	chị	uống	cà phê?
哪時	妳	喝	咖啡？ →你哪時喝咖啡？
Bao giờ	anh	về	nhà?
什麼時候	你	回	家？ →你什麼時候回家？
Khi nào	em	đi	học?
何時	你/妳	去	上學？ →你/妳何時去上學？

「lúc nào/ bao giờ/ khi nào/ hồi nào......」放在句尾時，表示詢問事情過去發生的時間。

主詞	動詞	受詞	時間疑問代詞
Em	đi	Việt Nam	lúc nào?
你	去	越南	哪時？ →你哪時去了越南？
Chị	uống	cà phê	bao giờ?
妳	喝	咖啡	什麼時候？ →妳什麼時候喝了咖啡？
Anh	về	nhà	khi nào?
你	回	家	何時？ →你何時回家的？
Em	đi	học	hồi nào?
你/妳	去	上學	哪時候？ →你/妳哪時候去上學的？

6. Động từ chỉ phương hướng　趨向動詞：

　　所謂的趨向補語，是在主語後面加上趨向動詞，而所形成的趨向補語，表示主語位移的方向或方式。常用的趨向動詞有「đi」（去）、「về」（回）、「đến」（到）、「tới」（到）、「qua」（過）、「sang」（過去）、「ra」（出）、「vào」（進）、「lên」（上）、xuống」（下）等。

Chủ ngữ + động từ phương hướng+ địa điểm
主語＋趨向動詞＋地點

主語	趨向動詞	地點
Cô ấy 她	đến 到	công ty. 公司。
Hà 河	đi 去	bệnh viện. 醫院。
Anh 你/我	lên 上	xe. 車。
Cô ấy 她	xuống 下	xe. 車。

7. Câu nghi vấn 'đi đâu?'　疑問句「đi đâu?」：

Trạng ngữ chỉ thời gian + động từ chỉ phương hướng = từ nghi vấn (địa điểm)
（時間狀語）主語＋趨向動詞＋疑問詞（地點）

（時間狀語）主語	趨向動詞	疑問詞（地點）
Cô ấy 她	đi 去	đâu? 哪？
Cô ấy 她	đến 到	công ty. 公司。
Ngày mai, anh 明天你	đi 去	đâu? 哪？
Ngày mai, tôi 明天我	đi 去	sân bay. 機場。
Em 你/妳	về 回	nhà. 家。

8. Từ chỉ phương vị 方位詞：

越南語的方位詞共有8個，分別是「trước」（前）、「sau」（後）、「trên」（上）、「dưới」（下）、「trong」（裡）、「ngoài」（外）、「trái」（左）、「phải」（右）。

> từ chỉ phương vị + địa điểm 方位詞＋地點

- Nhà hàng Việt Nam ở đằng <u>sau</u> sân bay. 越南餐廳在機場後面。

- Nhà vệ sinh ở bên <u>trong</u> siêu thị. 廁所在超市裡面。

- Túi nôn ở đằng <u>sau</u> ghế. 嘔吐袋在椅子後邊。

1. Dùng 'A：Chào ...... , ... muốn đi đâu? B：...... muốn đi
   ......' xem tranh tập nói.
   用「A：Chào ...... , ... muốn đi đâu? B：...... muốn đi
   ......」完成對話。

(1) nhà vệ sinh (2) nhà hàng (3) sân bay (4) bệnh viện
廁所　　　　　餐廳　　　　飛機場　　　醫院

(5) bưu điện (6) cây xăng (7) đồn cảnh sát (8) trường học
郵局　　　　加油站　　　警察局　　　　學校

(9) khách sạn (10) công ty (11) ngân hàng (12) tiệm cắt tóc
旅館　　　　　公司　　　　銀行　　　　　理髮店

(13) siêu thị
超市

(14) cửa hàng
商店

(15) bến xe
車站

(16) bến tàu
火車站

(17) Việt Nam
越南

(18) Đài Loan
臺灣

(19) Nhật Bản
日本

(20) Hàn Quốc
韓國

2. Dùng 'Có thể thanh toán bằng ......' xem tranh tập nói.
用「Có thể thanh toán bằng ......」看圖說話。

(1) cách chuyển khoản
轉帳方式

(2) thẻ ngân hàng
銀行卡

(3) tiền mặt
現金

3. Dùng 'Phiền anh dừng ở ......' xem tranh tập nói.
用「Phiền anh dừng ở ......」看圖說話。

(1) trước cửa khách sạn
旅館前

(2) cạnh nhà hàng
餐廳旁

(3) gara ô tô
車庫

(4) cạnh ngã ba phía trước
三叉路口旁邊

(5) ngã tư đằng kia
那邊的十字路口

(6) trong hẻm
巷子裡

4. Nghe hội thoại lựa chọn đáp án chính xác.
聽對話內容，選擇正確答案。

▶ MP3-066

(1) (　) A：cây xăng　　　　　　B：sân bay
　　　　 C：công ty　　　　　　 D：trường học

(2) (　) A：trước khách sạn　　　B：sau sân bay
　　　　 C：trong gara ô tô　　　D：ngoài đường

(3) (　) A：nhà hàng Việt Nam　　B：ngân hàng Việt Nam
　　　　 C：Công ty Việt Nam　　 D：trường học Việt Nam

(4) (　) A：đường Trần Phú　　　 B：ngân hàng
　　　　 C：cây xăng　　　　　　D：nhà hàng

(5) (　) A：cây xăng　　　　　　 B：siêu thị
　　　　 C：sân bay　　　　　　 D：nhà hàng

(6) (　) A：cây xăng　　　　　　 B：siêu thị
　　　　 C：sân bay　　　　　　 D：nhà hàng

Giới thiệu.

介紹。

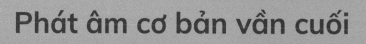
基礎發音 — 韻尾

越南語的韻尾是由子音作為音節的結束。可以成為韻尾的子音共有8個，分別是「-c、-m、-n、-p、-t、-ch、-ng、-nh」。

而韻尾發音時的特點是，當「-c、-m、-n、-p、-t、-ch、-ng、-nh」標記成為音節的結尾時，會維持子音的嘴型但不發音，類似中文注音符號的聲母。

8 phụ âm cuối　8個韻尾的呈現　▶ MP3-067

韻尾	-c	-m	-n	-p	-t	-ch	-ng	-nh
詞彙	bác	cơm	con	lớp	tết	sách	nóng	bánh

Các thành phần tạo thành âm cuối　構成韻尾的元素　▶ MP3-068

母音 ＼ 子音	-c	-m	-n	-p	-t	-ch	-ng	-nh
a	ac	am	an	ap	at	ach	ang	anh
ă	ăc	ăm	ăn	ăp	ăt	-	ăng	-
â	âc	âm	ân	âp	ât	-	âng	-
o	oc	om	on	op	ot	-	ong	-
ô	ôc	ôm	ôn	ôp	ôt	-	ông	-
ơ	-	ơm	ơn	ơp	ơt	-	-	-
e	ec	em	en	ep	et	-	eng	-
ê	-	êm	ên	êp	(êt)	êch	-	ênh
i	-	im	in	(ip)	it	ich	-	inh
u	uc	um	un	up	ut	-	ung	-
ư	ức	-	-	-	ưt	-	ưng	-
oa	oac	-	oan	-	oat	-	oang	oanh

母音＼子音	-c	-m	-n	-p	-t	-ch	-ng	-nh
oe	-	-	oen	-	oet	-	-	-
oo	ooc	-	-	-	-	-	oong	-
uy	-	-	-	-	uyt	uych	-	uynh
uê	-	-	uên	-	-	uêch	-	uênh
oă＋	oăc	*oăm	oăn	oăp	oăt	-	oăng	-
uây / uâ＋	-	-	uân	-	uât	-	uâng	-
/ie/：iê＋子音；yê＋子音	iêc	iêm	iên / yên	iêp	iêt / yêt	-	iêng	-
	-	-	uyên	-	uyêt	-	-	-
/uo/：uô＋子音	uôc	uôm	uôn	-	uôt	-	uông	-
/ɯɤ/：ươ＋子音	ươc	ươm	ươn	ươp	ươt	-	ương	-

*越南語中「oăm」的相關詞彙較少。

So sánh ghép vần 1　拼音比較1　　▶ MP3-069

不含介音的韻尾	ăn	ât	ân	ôt
含介音的韻尾	oăn	uât	uân	uôt

註：含介音的韻尾發音時，一開始的嘴型是圓型，結束時嘴型和舌頭的位置要依照子音的發音。

So sánh ghép vần 2　拼音比較2　　▶ MP3-070

　　以下的韻尾發音非常相似，一開始的發音相同，但韻尾的發音在結束時只會維持嘴型而沒有聲音。以下是音節最後的子音代表發音的嘴型和舌頭的位置。

oan	uôc	yêm	iêm	yên	ươt	ươm	iêt	uyt
oang	uôt	iêm	iên	uyên	ươp	ương	uyêt	ich

Phụ âm đơn/phụ âm ghép 'b, c, kh, n, x' + âm cuối 'ac, ăc, âc'
子音/雙子音「b、c、kh、n、x」＋韻尾「ac、ăt、âc」 ▶ MP3-071

韻尾 \ 子音	b	c	kh	n	x
ac	bác	các	khác	nác	xác
ăc	bắc	cắc	khắc	nắc	xắc
âc	bấc	cấc	khấc	nấc	xấc

Phụ âm đơn/phụ âm ghép 'c, d, kh, h' + âm cuối 'am, ăm, âm'
子音/雙子音「c、d、kh、h」＋韻尾「am、ăm、âm」 ▶ MP3-072

韻尾 \ 子音	c	d	kh	h
am	cam	dam	kham	ham
ăm	căm	dăm	khăm	hăm
âm	câm	dâm	khâm	hâm

Phụ âm đơn/phụ âm ghép 'c, ch, d, l' + âm cuối 'an, ăn, ân'
子音/雙子音「c、ch、d、l」＋韻尾「an、ăn、ân」 ▶ MP3-073

韻尾 \ 子音	c	ch	d	l
an	can	chan	dan	lan
ăn	căn	chăn	dăn	lăn
ân	cân	chân	dân	lân

Phụ âm đơn/phụ âm ghép 'c, ch, đ, l' + âm cuối 'ap, ăp, âp', 'ât, at, ăt'
子音/雙子音「c、ch、đ、l」+韻尾「ap、ăp、âp」、「ât、at、ăt」 ▶ MP3-074

子音 韻尾	c	ch	đ	l
ap	cáp	cháp	đáp	láp
ăp	cắp	chắp	đắp	lặp
âp	cấp	chấp	đập	lấp
ât	cất	chất	đất	lất
at	cát	chát	đát	lát
ăt	cắt	chắt	đắt	lắt

▶ MP3-075

Phụ âm đơn/phụ âm ghép 'c, ch, đ, v' + âm cuối 'anh, ach, ang, ăng, âng'
子音/雙子音「c、ch、đ、v」+韻尾「anh、ach、ang、ăng、âng」

子音 韻尾	c	ch	đ	v
anh	canh	chanh	đành	vanh
ach	cách	chách	đách	vách
ang	cang	chang	đang	vang
ăng	căng	chăng	đăng	văng
âng	câng	châng	đâng	vâng

Bài 8

119

Hội thoại cuộc sống và thương mại

生活與商務會話

1. Từ mới 生詞：

▶ MP3-076

單字	詞性	中文	單字	詞性	中文
tiếp viên hàng không	名詞	空服員	giờ	時間名詞	點
nhân viên đưa hàng	名詞	送貨員	phút	時間名詞	分
kiến trúc sư	名詞	建築師	giây	時間名詞	秒
công nhân	名詞	工人	sáng	時間名詞	早上
đồng nghiệp	名詞	同行	trưa	時間名詞	中午
phiên dịch	名詞/動詞	翻譯	chiều	時間名詞	下午
bác sỹ	名詞	醫生	tối	時間名詞	晚上
kế toán	名詞	會計	mấy	疑問名詞	幾
sinh viên	名詞	大學生	bao nhiêu	疑問名詞	多少
công an	名詞	公安	ngay	副詞	馬上
nhà báo/ phóng viên	名詞	記者	bây giờ	時間名詞	現在
nhà văn	名詞	作者	ngày	時間名詞	日
vợ	名詞	妻子	hôm nay	時間名詞	今天
chồng	名詞	丈夫	ngày mai	時間名詞	明天
đúng	時間名詞	整	hôm qua	時間名詞	昨天
khoảng	副詞	大約	kém	時間名詞	差
xuất phát	動詞	出發	rưỡi	時間名詞	半

2. Hội thoại 會話：

　　　　　　　　　　　　　　　　　　　　▶ MP3-077

Nam：Thưa giám đốc, đây là Hà vợ của tôi.

Giám đốc：Chào cô Hà.

Hà：Chào ngài, rất hân hạnh được gặp ngài!

Giám đốc：Tôi cũng rất vui được gặp cô! Xin hỏi, bây giờ cô đang làm gì?

Hà：Tôi đang làm bác sỹ.

Giám đốc：Vợ tôi cũng làm bác sỹ.

Hà：Thế thì, tôi và vợ ngài là đồng nghiệp.

中文翻譯

南：尊敬的經理，這是河，我的妻子。

經理：河您（妳）好。

河：您好，很榮幸見到您！

經理：我也很高興見到妳！請問，現在妳正做什麼工作？

河：我是醫生。

經理：我的妻子也是醫生。

河：那麼，我和您的妻子是同行。

Thư ký：Thưa giám đốc, hôm nay có cuộc hẹn với khách hàng ạ.

Giám đốc：Mấy giờ chúng ta tới đó?

Thư ký：Dạ 2 giờ chiều ạ.

Giám đốc：Cô đã nói với tài xế thời gian của chúng ta chưa?

Thư ký：Dạ, có ạ. 1 giờ rưỡi chiều sau khi ăn cơm trưa, chúng ta
　　　　　　sẽ xuất phát tới đó.

Giám đốc：Được rồi. Bây giờ là mấy giờ rồi nhỉ?

Thư ký：Dạ 11 giờ trưa ạ.

Giám đốc：Thế thì, tôi đi ăn cơm ngay bây giờ.

祕書：經理，今天和顧客有約。

經理：我們幾點要到那邊？

祕書：下午2點。

經理：你告訴司機我們的時間了嗎？

祕書：有。吃完午餐後，下午1點半就會出發去那裡。

經理：好吧。現在幾點了？

祕書：中午11點。

經理：那麼我現在馬上去吃飯。

Ngữ pháp
語法

1. Cách nói nghề nghiệp 表達職業：

(1) 用「làm＋名詞」表達工作

當要用名詞表達職業時，會用「là＋名詞」或「làm＋名詞」表示。

Chủ ngữ + 'là/làm' + danh từ **主詞＋「là/làm」＋名詞**

主詞	là/làm	名詞
Tôi 我	là 是	bác sỹ. 醫生。
Tôi 我	làm 做	bác sỹ. 醫生。
Cô ấy 她	là 是	công nhân 工人。
Cô ấy 她	làm 做	công nhân 工人。

(2) 用「làm nghề＋動詞」表達工作

當要用動詞表達職業時，用「làm nghề＋動詞」就可以表達所從事的工作。

Chủ ngữ + 'làm nghề' + động từ **主詞＋「làm nghề」＋動詞**

主詞	làm nghề	動詞
Anh ấy 他	làm nghề 做職業	xây dựng. 建房子（建築工作）。
Bác 伯伯	làm nghề 做職業	chụp ảnh. 拍照（攝影師）。
Tôi 我	làm nghề 做職業	đánh máy. 打字（機）（打字員）。

(3) 用「...... làm gì?」、「...... làm nghề gì?」詢問職業

　　當要詢問對方職業或從事的工作時，會用「...... làm gì?」（做什麼？）、「...... làm nghề gì?」（從事什麼職業？）提問。

Chủ ngữ + 'làm/làm nghề' + từ nghi vấn
主語＋「làm/làm nghề」＋疑問詞

主語	làm/ làm nghề	疑問詞
Ông ấy 他	làm / làm nghề 做/做職業	gì? 什麼？
Chị ấy 她	làm/ làm nghề 做/做職業	gì? 什麼？
Cô ấy 她	làm/ làm nghề 做/做職業	gì? 什麼？

主語	動詞	名詞
Ông ấy 他	là 是	công an. 公安。
Chị ấy 她	là 是	giáo viên. 教員。
Cô ấy 她	là 是	học sinh. 學生。

2. Cách hỏi và trả lời về thời gian 詢問及回答時間的方式：

(1) Hỏi bạn bè với thái độ thân mật. 親切地詢問朋友時。

Đại từ + động từ + từ nghi vấn(số từ) + danh từ
代詞＋動詞＋疑問詞（數字）＋名詞

代詞	動詞	疑問詞	名詞
Bây giờ 現在	là 是	mấy 幾	giờ? 點？
Bây giờ 現在	là 是	tám 八	giờ 點。

(2) Trình tự thời gian. 表達時間順序。

　　中文表達時間時，會先説時段，再説時間，例如「下午10點30分5秒」。而越南文在表達時間時，會先説時間，再表達時段，例如「10 giờ 30 phút 5 giây chiều（10點30分5秒下午）」。

Thời gian + chủ ngữ + (động từ+ sự việc) + liên từ + tân ngữ
時間＋主詞＋（動詞＋事件）＋連接詞＋受詞

時間	主詞	動詞＋事件	連接詞	受詞
2 giờ chiều hôm nay 今天下午2點	tôi 我	có cuộc hẹn 有約	với 與	khách hàng. 顧客。 → 今天下午2點我和顧客有約。
6 giờ tối nay 今晚6點	anh ấy 他	ăn cơm 吃飯	với 與	bạn. 朋友。 → 今晚6點他要和朋友吃飯。
10 giờ sáng hôm qua 昨天早上10點	bạn 朋友	có hẹn 有約	với 與	người yêu. 愛人。 → 晚上10點朋友與愛人有約。
7 giờ sáng mai 明天早上7點	cô ấy 她	đi du lịch 去旅行	với 與	người thân. 親人。 → 明天早上7點他要和親人去旅遊。
時間	**主詞**	**動詞＋事件**	**介詞**	**地點**
7 giờ sáng ngày mai 明天早上7點	tôi 我	làm việc 工作	ở 在	công ty. 公司。 → 明天早上7點我會在公司工作。
8 giờ tối nay 今天晚上8點	tôi 我	xem phim 看電影	ở 在	rạp chiếu phim 電影院。 → 今天晚上8點我會在電影院看電影。

Luyện tập

練習

1. Đọc các câu sau. 請讀下面的句子。

(1)

- Cô làm nghề gì? Tôi làm nghề thư ký.
  妳的職業是什麼？我的職業是祕書。

- Ông ấy làm nghề gì? Ông ấy làm nghề lái xe.
  他的職業是什麼？他是司機。

- Đây là cô Hoa. Cô ấy làm giáo viên.
  這是花小姐。她是教師。

- Kia là chị Hương, chị ấy làm tiếp viên hàng không.
  那是香姊姊，她是空服員。

- Đó là ông Huấn , ông ấy làm giám đốc.
  那是訓先生，他是經理。

(2)

- Anh Tuấn đang làm gì? Anh ấy đang vẽ tranh.
  俊哥哥正在做什麼？他正在畫圖。

- Chị Hương đang làm gì? Chị ấy đang ăn phở.
  香姊姊正在做什麼？她正在吃河粉。

2. Xem mẫu câu và từ vựng đã cho xem tranh tập nói.
請利用下面句型，並參考插圖的提示完成對話。

A：Bây giờ ...... đang làm gì?

B：Tôi đang làm ......

A：現在……正做什麼（工作）？

B：我正在做……。

(1) giáo viên
教師

(2) thợ ảnh
攝影師

(3) họa sĩ
畫家

(4) công an
公安

(5) Tổng giám đốc
總經理

(6) cục trưởng
局長

(7) trưởng phòng
科長

(8) hiệu trưởng
校長

(9) nhân viên đưa hàng
送貨員

(10) hướng dẫn viên du lịch
導遊

(11) tiếp viên hàng không
空服員

(12) nhân viên bán hàng
售貨員

(13) kỹ sư
工程師

(14) công nhân
工人

(15) sinh viên
大學生

(16) hải quan
海關

(17) nông dân
農民

(18) bồi bàn
服務生

(19) tài xế/ lái xe
司機

(20) thư ký
祕書

(21) kế toán
會計

(22) giúp việc
看護

(23) nhạc sĩ
音樂家

(24) ca sĩ
歌手

(25) bác sỹ
醫生

(26) nha sỹ
牙醫

(27) y tá
護士

(28) nhà báo/
phóng viên
記者

(29) thương nhân
商人

(30) người mẫu
模特兒

(31) nghiên cứu
sinh
研究生

(32) nội trợ
主婦

(33) luật sư
律師

(34) học sinh
學生

(35) thợ mộc
木工

(36) trợ lý
助理

3. Nhìn hình tập nói. 請看圖回答問題。

A：Bây giờ là mấy giờ?

B：Bây giờ là ......

A：現在幾點？

B：現在是⋯⋯。

(1)   (2)   (3)   (4)

(5)   (6)   (7)   (8)

4. Nghe nội dung hội thoại lựa chọn đáp án chính xác.

聽對話內容，選擇正確答案。 ▶ MP3-079

(1) ( ) A：công nhân   B：kỹ sư

      C：thư ký   D：nhà báo

(2) ( ) A：2 giờ   B：3 giờ chiều

      C：4 giờ 30 chiều   D：5 giờ rưỡi

(3) ( ) A：5 giờ rưỡi chiều   B：6 giờ 30 phút

      C：4 giờ đúng   D：7 giờ

(4) ( ) A：kỹ sư   B：bác sĩ

      C：kế toán   D：nhân viên

(5) ( ) A：11 giờ trưa   B：11 giờ rưỡi

      C：12 giờ trưa   D：1 giờ chiều.

(6) ( ) A：6 giờ tối   B：6 giờ sáng

      B：12 giờ trưa   D：5 giờ chiều

Đi ngân hàng.
去銀行。

Phát âm cơ bản vần cuối
基礎發音 — 韻尾

在第8課中提到，越南語的韻尾有8個子音，這些子音與單母音、雙韻母及三韻母有多樣性的組合，本課將學習到多項組合中的其中一部分。

1. Luyện tập phát âm vần cuối 越南語韻尾練習：

Phụ âm đơn/phụ âm ghép 'c, m, d, t, nh' + âm cuối 'oc, ôc, om, ôm'
子音/雙母音「c、m、d、t、nh」＋韻尾「oc、ôc、om、ôm」 ▶ MP3-080

韻尾 ＼ 子音	c	m	d	t	nh
oc	cóc	móc	dóc	tóc	nhóc
ôc	cốc	mốc	dốc	tốc	nhốc
om	com	mom	dom	tom	nhom
ôm	côm	môm	dôm	tôm	nhôm

註：韻尾「oc、ôc」只能跟銳聲、重聲結合

Phụ âm đơn/phụ âm ghép 'c, đ, th, m' + âm cuối 'ơm, on, ôn, ơn'
子音/雙母音「c、đ、th、m」＋韻尾「ơm、on、ôn、ơn」 ▶ MP3-081

韻尾 ＼ 子音	c	đ	th	m
ơm	cơm	đơm	thơm	mơm
on	con	đon	thon	mon
ôn	côn	đôn	thôn	môn
ơn	cơn	đơn	thơn	mơn

Phụ âm đơn/phụ âm ghép 'b, ch, h, c' + âm cuối 'op, ôp, ơp, ot, ôt, ơt'
子音/雙母音「b、ch、h、c」＋韻尾「op、ôp、ơp、ot、ôt、ơt」 ▶ MP3-082

韻尾 ╲ 子音	b	ch	h	c
op	bóp	chóp	họp	cọp
ôp	bốp	chốp	hộp	cộp
ơp	bớp	chớp	hợp	cợp
ot	bót	chót	hót	cót
ôt	bốt	chốt	hốt	cốt
ơt	bớt	chớt	hớt	cợt

註：以上的韻尾只能跟銳聲、重聲結合。

Phụ âm đơn 'b, c/k, m, đ + âm cuối 'ong, ông, eng, ênh'
子音「b、c/k、m、đ」＋韻尾「ong、ông、eng、ênh」 ▶ MP3-083

韻尾 ╲ 子音	b	c/k	m	đ
ong	bong	cong	mong	đong
ông	bông	công	mông	đông
eng	beng	keng	mèng	-
ênh	bênh	kênh	mênh	đênh

Phụ âm đơn 'd, k, t' + âm cuối 'ec, êch, em, êm'
子音「d、k、t」＋韻尾「ec、êch、em、êm」 ▶ MP3-084

韻尾 ╲ 子音	d	k	t
ec	đéc	kéc	téc
êch	đếch	kếch	tếch
em	đem	kem	tem
êm	đêm	kềm	têm

註：韻尾「ec、êch」只能跟銳聲、重聲結合

Phụ âm đơn 't, b, m, v' + âm cuối 'en, ên, ep, êp, et, êt'
子音「t、b、m、v」＋韻尾「en、ên、ep、êp、et、êt」 ▶ MP3-085

韻尾 ＼ 子音	t	b	m	v
en	ten	bén	men	ven
ên	tên	bến	mến	vên
ep	tép	bép	mép	-
êp	tệp	bếp	-	vếp
et	tét	bét	mét	vét
êt	tết	bết	mệt	vết

註：韻尾「ep、êp、et、êt」只能跟銳聲、重聲結合。

2. Đọc các từ 請讀下列詞彙：

giám đốc 經理   kế toán 會計   nhạc sỹ 音樂家

công nhân 工人   tài xế 司機   bác sỹ 醫生

kỹ sư 工程師   thư ký 祕書   giáo viên 教師

3. Đọc các câu sau 請讀以下的句子：

- Cô làm nghề gì? Tôi làm nghề dạy học.
  妳從事什麼職業？我從事教師的工作。（妳做什麼工作？我是一位教師。）

- Ông ấy làm nghề gì? Ông ấy làm nghề chụp ảnh.
  他從事什麼職業？他從事照相員的工作。（他做什麼工作？他是一位攝影師。）

- Đây là anh Hưng. Anh ấy làm nhân viên bán hàng.
  這位是興哥哥，他當服務員。（這是興先生，他是服務員。）

- Kia là ông Đức. Ông ấy làm Tổng giám đốc.

  那位是德先生，他是總經理。

- Anh Hưng đang làm gì? Anh ấy đang bán hàng.

  興哥哥正在做什麼？他正在賣貨。

- Chị Hường đang làm gì? Chị ấy đang vẽ tranh.

  紅姐姐正在做什麼？她正在畫圖。

Hội thoại cuộc sống và thương mại

生活與商務會話

1. Từ mới 生詞： ▶ MP3-086

單字	詞性	中文	單字	詞性	中文
tỷ giá hối đoái	名詞	匯率	thủ tục	名詞	手續
tài khoản	名詞	帳戶	mạng	名詞	網路
Nhân dân tệ	名詞	人民幣	ngoại tệ	名詞	外幣
Won Hàn Quốc	名詞	韓圜	Đài tệ	名詞	臺幣
giấy tờ tùy thân	名詞	隨身文件	tiền Việt	名詞	越南盾
chuyển khoản	動詞	轉帳	Đô la	名詞	美金
gửi tiết kiệm	動詞/名詞	存款	hơn (cao hơn)	形容	更（更高）
đổi tiền	動詞/名詞	換錢	phiền	動詞	麻煩
rút tiền	動詞/名詞	取錢	mở	動詞	（開）通
chưa cần	副詞	還沒……需要	Bảng Anh	名詞	英鎊
đóng cửa	動詞/名詞	關門	Yên Nhật	名詞	日圓
ngày	時間	日	tháng	時間名詞	月
năm	時間	年	tuần	時間名詞	星期
ngày kia	時間	大後天	tuần trước	時間名詞	上星期
tuần này	時間名詞	這星期	tuần sau	時間名詞	下星期
tháng này	時間名詞	這個月	tháng trước	時間名詞	上個月
năm nay	時間名詞	今年	năm ngoái	時間名詞	去年

2. Hội thoại 會話：

會話 1 ▶ MP3-087

Nhân viên：Chào ông. Ông muốn làm thủ tục gì ạ?

Khách hàng：Tôi muốn mở tài khoản.

Nhân viên：Ông có muốn mở chuyển khoản qua mạng không?

Khách hàng：Chưa cần ạ. Cảm ơn cô!

中文翻譯

人員：您好。您要辦什麼手續？

顧客：我想開帳戶。

人員：您有要開通網路轉帳嗎？

顧客：不用。謝謝！

會話 2 ▶ MP3-088

Khách hàng：Tôi muốn đổi Đài tệ sang tiền Việt. Xin hỏi tỷ giá hối đoái hôm nay là bao nhiêu?

Nhân viên：Tỷ giá hối đoái hôm nay là 1 Đài tệ đổi 750 đồng. Xin ông đưa cho tôi hộ chiếu.

Khách hàng：Đây là hộ chiếu của tôi. Tỷ giá Đài tệ hôm nay thấp hơn hôm qua.

Nhân viên：Phiền ông viết tờ đơn đổi ngoại tệ này.

Khách hàng：Vâng, cảm ơn chị!

中文翻譯

顧客：我想換臺幣成越幣。請問今天的匯率是多少？

職員：今天的匯率是1臺幣對750越南盾。
　　　請給我您的護照。

顧客：這是我的護照。今天臺幣的匯率比昨天低。

職員：麻煩您寫這張兌換外幣的申請單。

顧客：好的，謝謝妳！

1. Cách hỏi và biểu đạt nhu cầu 詢問及表達需求：

　　「muốn」是情態動詞，表達「想」、「要」。「muốn」通常放在主要的動詞或名詞前，表示行動的情態。

động từ tình thái + động từ **情態動詞＋動詞**

主語	動詞	動詞受詞
Tôi 我	muốn 要	đổi tiền. 換錢。
Tôi 我	muốn 要	chuyển khoản. 轉帳。
Tôi 我	muốn 要	rút tiền. 取錢。
Tôi 我	muốn 要	vay tiền. 借錢。

Hỏi về nhu cầu **詢問需求**

主語	（有）動詞	受詞	疑問
Ông 您	muốn làm 要做	thủ tục 手續	gì? 什麼？
Ông 您	(có) muốn mở （有）要開通	tài khoản qua mạng 網路帳號	không? 嗎？
Chị 姊姊	(có) muốn vay （有）要借	tiền 錢	không? 嗎？
Em 妳	(có) muốn chuyển （有）要轉	khoản 款	không? 嗎？
Cô 女士	(có) muốn gửi （有）要寄	tiết kiệm 存款	không? 嗎？

Trả lời 回答

主語	動詞	A	動詞	B
Tôi	muốn đổi	Đài tệ	sang	tiền Việt.
我	想換	臺幣	成	越南（錢）。
Tôi	muốn đổi	Đô la	sang	Bảng Anh.
我	想換	美金	成	英鎊。
Tôi	muốn đổi	Bảng Anh	sang	tiền Đô la.
我	想換	英鎊	成	美金（錢）。
Tôi	muốn đổi	Yên Nhật	sang	Đô la.
我	想換	日圓	成	美金。
Tôi	muốn đổi	Won Hàn Quốc	sang	Yên Nhật.
我	想換	韓圜	成	日圓。

2. Câu hỏi 'mấy', 'bao nhiêu' 疑問詞「mấy」、「bao nhiêu」：

越南文在詢問數量時有「mấy」、「bao nhiêu」兩種疑問詞。其差異在於「mấy」用於詢問數量「1～9」之間的數字，而「bao nhiêu」則是用於詢問數量「10」以上或「不確定」的數字。

(1) Dùng từ nghi vấn「mấy」để hỏi 用疑問詞「mấy」（幾）詢問時

Từ nghi vấn 'mấy' đứng sau chủ ngữ
當疑問詞「mấy」在主語後面時

主詞	幾	受詞
Năm nay cháu 今年你/妳	mấy 幾	tuổi? 歲？
Em có 你有	mấy 幾	quyển sách? 本書？
Em có 你有	mấy 幾	ngôi nhà? 間房子？
Em có 你有	mấy 幾	bát phở? 碗河粉？

Bài 9

139

主詞	動詞（受詞）	幾？
Bây giờ	là tháng	mấy?
現在	是月	幾？→ 現在是幾月？
Hôm nay	là thứ	mấy?
今天	是星期	幾？→ 今天是星期幾？

(2) Dùng từ nghi vấn 'bao nhiêu' để hỏi 用疑問詞「bao nhiêu」（多少）
詢問時：

Khi từ nghi vấn 'bao nhiêu' đứng sau chủ ngữ
當疑問詞「bao nhiêu」在主語後面時

（量名詞）＋指示代詞	疑問代詞	受詞
Cái này	bao nhiêu	tiền?
個這	多少	錢？→ 這個多少錢？
Đôi tất này	bao nhiêu	tiền?
雙襪子這	多少	錢？→ 這雙襪子多少錢？
Chiếc áo sơ mi này	bao nhiêu	tiền?
件襯衫這	多少	錢？→ 這件襯衫多少錢？
Anh	bao nhiêu	tuổi?
你	多少	歲？→ 你幾歲？

Khi từ nghi vấn 'bao nhiêu' đứng cuốn câu
當疑問詞「bao nhiêu」在句尾時

（時間）主詞	時間	動詞	多少
Tỷ giá hối đoái	hôm nay	là	bao nhiêu?
匯率	今天	是	多少？→ 今天匯率是多少？
Giá hàng	hôm qua	là	bao nhiêu?
價格貨	昨天	是	多少？→ 昨天貨品價格是多少？

（時間）主詞	時間	動詞	多少
Giá phở	tuần trước	là	bao nhiêu?
價格河粉	上週	是	多少？→ 上週河粉的價格是多少？
Giá bít tất	tuần này	là	bao nhiêu?
價格襪子	這週	是	多少？→ 這週襪子的價格是多少？
Giá hàng	tháng trước	là	bao nhiêu?
價格貨	上個月	是	多少？→ 上個月貨品價格是多少？

3. Các ngày trong tháng　一個月裡的日子：

疑問詞「mấy」、「bao nhiêu」不僅可以用於詢問數量、價格及年紀，也可以用於詢問日期，而回答日期時也有不同的回答方式。

當詢問日期時，日期範圍是1日～10日時，同樣適用「mấy」提問，但會用「mùng」或「mồng」回答。

而詢問日期範圍是11日以上時，則是用「bao nhiêu」，但不需要用「mùng」或「mồng」回答。

(1) 用「mấy」詢問日期，並用「mùng」或「mồng」回答時：

- A：Hôm nay là ngày mùng (mồng) mấy?　今天幾號？

- B：Hôm nay là ngày mùng (mồng) 5.　今天5號。

(2) 用「bao nhiêu?」詢問日期時：

- A：Hôm nay là ngày bao nhiêu?　今天幾號？

- B：Hôm nay là ngày 25.　今天25號。

4. Cách biểu đạt thời gian quá khứ và tương lai
   未來及過去時間的表達：

(1) Cách biểu đạt thời gian trong tương lai và quá khứ 在敘述中表示時間的將來、過去

- hôm sau（隔天）：敘述**過去已發生**的事情，在事件發生的隔天會用「hôm sau」表示事件發生的第二天。

- ngày sau（隔天）：敘述**未來即將發生**的事情，在事件發生的隔天會用「ngày sau」表示事件發生的第二天。

- ngày kia（後天）：單純表示後天，沒有將來及過去的區分。

- hôm nào（哪一天、總有一天）：敘述未來的某一天，但時間是以說出這句話的現在為主。

- ngày này（這一天）：敘述當下的時間，沒有將來及過去的區分。

- ngày sau（以後的那天）：表示敘述當下即將到來的之後那一天，是明確的未來時間。

(2) Trình tự thời gian 時間順序

　　第8課中有提過越南語時間的表達順序，當要表達時間時，會先說時間，再表達時段，例如「10 giờ 30 phút 5 giây chiều」（10點30分5秒下午）。這一次再加上星期、日期，將時間表達學習得更完整。

- 時間：時＞分＞秒＞時段
→ <u>10 giờ 30 phút 5 giây chiều</u> → 10點30分5秒下午 → 下午10:30，5秒

- 日子與時段：時段＞星期＞週
→ <u>Chiều thứ bảy tuần trước</u> → 下午星期六上週 → 上週六下午

- 日期：日＞月＞年
→ <u>ngày 14 tháng 1 năm 2021</u> → 14日1月2021年 → 2021年1月14日

	Quá khứ 過去			Hiện tại 現在	Tương lai 未來		
giờ 點	vài tiếng trước 幾個小時前	một tiếng trước 一個小時前	lúc nãy/vừa nãy 剛剛/剛才	bây giờ/lúc này 現在	lát nữa/chút nữa 等一下/等一會	một tiếng nữa 一個小時後	vài tiếng nữa 幾個小時後
ngày 日/天	hôm kìa 大前天	hôm kia 前天	hôm qua 昨天	hôm nay 今天	ngày mai 明天	ngày kia 後天	ngày kìa 大後天
tuần 週	ba tuần trước 三週前	tuần trước nữa 兩週前	tuần trước 上週	tuần này 這週	tuần sau 下週	tuần sau nữa 兩週後	ba tuần nữa 三週後
tháng 月	ba tháng trước 三個月前	tháng trước nữa 兩個月前	tháng trước 上個月	tháng này 這個月	tháng sau 下個月	tháng sau nữa 兩個月後	ba tháng nữa 三個月後
Năm 年	ba năm trước 三年前	năm trước nữa 兩年前	năm trước/năm ngoái 去年	năm nay 今年	năm sau 明年	năm sau nữa 兩年後	ba năm nữa 三年後
Thời 時態	đã/rồi 已經/了	từng/rồi 曾經/了	vừa/vừa mới 剛才/剛剛	vẫn/đang 還/正在	sắp 準備	sẽ 將/將要	

註：後天和大後天的越南文都是「ngày kia」，但在說話時音韻有所不同。聲調不同時，讀出的音韻也不同。如，「KIA」及「KÌA」。

- Ngày（日）：sáng（早上）/ trưa（中午）/ chiều（下午）/ tối（晚上）/ đêm（夜晚）

- ban ngày（白天）/ ban đêm（夜晚）

- buổi sáng（早上/ buổi trưa（中午）/ buổi chiều（下午）/ buổi tối（晚上）

- bữa sáng（早餐 / bữa trưa（中餐）/ bữa tối（晚餐）/ ăn đêm（宵夜）

- Tuần（週）：đầu tuần（一週的開始）/ giữa tuần（週間）/ cuối tuần（週末）

- Tháng（月）：đầu tháng（月初）/ giữa tháng（月中）/ cuối tháng（月底）

- Năm（年）：đầu năm（年初）/ giữa năm（年中）/ cuối năm（年底）

Các ngày trong tuần：Một tuần có bảy ngày　星期幾：一個星期有七天

Thứ Hai 星期一	Thứ Ba 星期二	Thứ Tư 星期三	Thứ Năm 星期四
Thứ Sáu 星期五	Thứ Bảy 星期六	Chủ Nhật 星期日	

Luyện tập

練習

1. Dùng mẫu câu dưới dây và dùng từ đã cho tập nói.
請利用下面句型，並參考單字完成對話。

A：Chào ......, ... muốn làm thủ tục gì ạ?

B：Tôi muốn ....

A：……好，……要辦什麼手續？

B：我要.........。

gửi tiết kiệm	lĩnh tiền	chuyển khoản	mở tài khoản	đổi tiền
存錢	領錢	轉帳	開帳戶	換錢
(1)	(2)	(3)	(4)	(5)

2. Dùng mẫu câu dưới đây và từ đã cho đặt câu.
請利用下面句型，並參考單字完成句子。

(1)...... có muốn mở .... không?（……要開通…….嗎？）

① ngân hàng số	② chuyển khoản qua mạng
網路銀行	網路轉帳

(2) Tôi muốn đổi ...... sang ....（我想換……成……。）

① Đô la 美金	tiền Việt 越南盾
② Nhân dân tệ 人民幣	tiền đô 美金錢
③ Bảng Anh 英鎊	tiền Nhân dân tệ 人民幣
④ Won Hàn Quốc 韓圜	Bảng Anh 英鎊

(3) Tỷ giá hối đoái hôm nay là ...... đổi .... （今天的匯率是……換成
    ……。）

Tên ngoại tệ 貨幣名稱	mã 碼	Tỷ giá đổi 交換匯率	Tên ngoại tệ 貨幣名稱
Đô la Mỹ 美金	USD	1 USD = 27.660	đồng Việt Nam
Đài tệ 臺幣	TWD	1 TWD = 800	đồng Việt Nam
Bảng Anh 英鎊	GBP	1 GBP = 17,680	đồng Việt Nam
Nhân dân tệ 人民幣	CNY	1 CNY = 3,607	đồng Việt Nam
Won Hàn Quốc 韓圜	KRW	1 KRW = 21,05	đồng Việt Nam

(4)

A：Xin ...... đưa cho tôi.

B：Đây là ...... của tôi.

A：請…….給我……。

B：這是我的……。

① hộ chiếu 　② giấy tờ tùy thân 　③ chứng minh thư nhân dân
   護照 　　　　　隨身文件 　　　　　　身分證

3. Nghe nội dung hội thoại lựa chọn đáp án chính xác.
   聽對話內容，選擇正確答案。 ▶ MP3-089

(1) (   ) A：chuyển khoản   B：đổi tiền
           C：mua hàng   D：mở tài khoản

(2) (   ) A：tiền Việt   B：tiền Đô la
           C：Tiền Nhân dân tệ   D：tiền Yên Nhật

(3) (   ) A：1 Đô la đổi 20.000 đồng   B: 1 Đô la đổi 21.000 đồng
           C：1 đồng đổi 20.000 Đô la   D: 1 đồng đổi 21.000 Đô la

(4) (   ) A：tiền Việt   B：tiền Đô la
           C：Tiền Nhân dân tệ   D：tiền Yên Nhật

(5) (   ) A：tiền Việt   B：tiền Đô la
           C：Tiền Nhân dân tệ   D：tiền Yên Nhật

(6) (   ) A：mua   B：không mua

10

Xin hỏi, nhà hàng Việt Nam ở đâu?

請問，越南餐廳在哪裡？

Phát âm cơ bản vần cuối

基礎發音 — 韻尾

這一課是韻尾學習的最後一個階段，一起來認識更多韻尾組合吧！

Phụ âm đơn/phụ âm ghép 'd, t, s, b, l, ph' + âm cuối 'im, in, inh, ip, it, ich'
子音/雙子音「d、t、s、b、l、ph」＋韻尾「im、in、inh、ip、it、ich」 ▶ MP3-090

子音 韻尾	d	t	s	b	l	ph
im	dim	tim	sim	bim	lim	phim
in	din	tin	sin	bin	lin	phin
inh	dinh	tinh	sinh	binh	linh	phinh
ip	díp	típ	síp	bíp	líp	phíp
it	dịt	tịt	sịt	bịt	lít	phít
ich	dịch	tịch	sích	bịch	lịch	phích

註：韻尾「ip、it、ich」只能跟銳聲、重聲結合。

Phụ âm đơn/phụ âm ghép 'c, d, h, m, ch' + âm cuối 'uc, ưc, um, un'
子音/雙子音「c、d、h、m、ch」＋韻尾「uc、ưc、um、un」 ▶ MP3-091

子音 韻尾	c	d	h	m	ch
uc	cúc	đúc	húc	múc	chúc
ưc	cức	đức	hức	mức	chức
um	cum	đum	hum	múm	chum
un	cun	đun	hun	mùn	chun

註：韻尾「uc、ưc」只能與銳聲、重聲結合。

Phụ âm đơn 'b, c, m, đ, h' + âm cuối 'up, ut, ưt, ung, ưng'
子音「b、c、m、đ、h」＋韻尾「up、ut、ưt、ung、ưng」 ▶ MP3-092

子音 韻尾	b	c	m	đ	h
up	búp	cúp	múp	đúp	húp
ut	bút	cút	mút	đút	hút
ưt	bứt	cứt	mứt	đứt	hứt
ung	bung	cung	mung	đung	hung
ưng	bưng	cưng	mưng	đưng	hưng

註：韻尾「uc、ut、ưt」只能跟銳聲、重聲結合。

Phụ âm đơn/phụ âm ghép 'h, ng, kh' + âm cuối 'oac, oăc, oan, oăn, oăm'
子音/雙子音「h、ng、kh」＋韻尾「oac、oăc、oan、oăn、oăm」 ▶ MP3-093

子音 韻尾	h	ng	kh
oac	hoác	ngoác	khoác
oăc	hoặc	ngoặc	khoắc
oan	hoan	ngoan	khoan
oăn	hoẳn	ngoẳn	khoẳn
oăm	-	-	khoẳm

註：韻尾「oac、oăc」只能跟銳聲、重聲結合。

Phụ âm đơn/phụ âm ghép 'h, kh, th, ng' + âm cuối 'oat, oăt, oang, oăng, oanh, oăp'

子音/雙子音「h、kh、th、ng」＋韻尾「oat、oăt、oang、oăng、oanh、oăp」

▶ MP3-094

子音 韻尾	h	kh	th	ng
oat	hoạt	khoát	thoát	-
oăt	hoắt	khoắt	thoắt	ngoắt
oang	hoang	khoang	thoang	-
oăng	hoằng	khoẳng	-	-
oanh	hoành	khoanh	-	-
oăp	-	-	-	ngoặp

註；韻尾「oat、oăt、oăp」只能跟銳聲、重聲結合。

Phụ âm đơn/phụ âm ghép 'kh, t, h, nh' + âm cuối 'oen, oet, oc, ong/oong'

子音/雙子音「kh、t、h、nh」＋韻尾「oen、oet、oc、ong/oong」 ▶ MP3-095

子音 韻尾	kh	t	h	nh
oen	khoen	toèn	hoen	nhoén
oet	khoét	toét	hoét	nhoét
oc	khóc	tóc	hóc	nhóc
ong/oong	khòng	toong	hong	nhong

註：韻尾「oet/uet、oc/ooc」只能跟銳聲、重聲結合。

Phụ âm đơn/phụ âm ghép 'h, kh' + âm cuối 'uynh, uyt, uênh, uêch'

子音/雙子音「h、kh」＋韻尾「uynh、uyt、uênh、uêch」 ▶ MP3-096

子音 韻尾	h	kh
uynh	huynh	khuynh
uyt	huýt	-
uênh	huênh	khuênh
uêch	huếch	khuếch

註：韻尾「uêch」只能與銳聲、重聲結合。

Phụ âm đơn/phụ âm ghép 'kh, x, tr' + âm cuối 'uân, uât, uâng'

子音/雙子音「kh、x、tr」＋韻尾「uân、uât、uâng」 ▶ MP3-097

子音 韻尾	kh	x	tr
uân	khuân	xuân	truân
uât	khuất	xuất	truất
uâng	khuâng	-	-

▶ Nghe MP3 rồi điền từ trong ngoặc vào chỗ trống trong các câu sau.
請聽音檔，並填入正確的韻母。 ▶ MP3-098

(1) Cô _____ tới thăm _____ giám đốc. (Tổng/Hồng) 紅姑姑去看總經理。

(2) Chị _____ là công _____. (nhân/Thân) 親姊姊是工人。

(3) Anh _____ là kế _____. (Toàn/toán) 全哥哥是會計。

(4) Cô bé _____ áo hoa kia trông _____ rất dễ thương. (mặt/mặc)
穿花衣的小女孩臉很可愛。

(5) Anh Hoàng không đi _____ vì có cuộc _____. (học/họp)
黃哥哥不去上課因為有一個會議。

(6) B_____ Hai vay tôi ch_____ nghìn. (ín/ác) 二伯伯借我九千塊。

(7) Anh T_____ mua máy vi t_____. (ính/ỉnh) 情哥哥買電腦。

1. Từ mới　生詞：

▶ MP3-099

單字	詞性	中文	單字	詞性	中文
bên phải	方位名詞	右邊	thẳng	形容詞	直
bên trái	方位名詞	左邊	rẽ	動詞	轉
phía trước	方位名詞	前面	phải	形容詞	右
phía sau	方位名詞	後面	trái	形容詞	左
đèn xanh đèn đỏ	名詞	紅綠燈	ở	介詞	在
đèn điều khiển giao thông	名詞	紅綠燈	xe buýt	名詞	公車
cửa hàng tạp hóa	名詞	雜貨店	công ty	名詞	公司
tàu điện ngầm	名詞	捷運	tàu hỏa	名詞	火車
xe tắc xi	名詞	計程車	bến xe	名詞	車站
ngân hàng	名詞	銀行	xe ôm	名詞	計程機車
sau đó	連接詞	然後	bến tàu	名詞	火車站
một đoạn	名詞	一段	tiếp	副詞	繼續
xe máy	名詞	機車	xe đạp	名詞	腳踏車
tàu thủy	名詞	船	đối diện	方向詞	對面
chỉ ... đường	詞組	指……路	biết	動詞	知道
rạp chiếu phim	名詞	電影院	bách hóa	名詞	百貨
hiệu thuốc	名詞	藥局	khoảng	名詞	大約

2. Hội thoại 會話：

Người đi đường：Xin hỏi nhà hàng Việt Nam ở đâu?

Ba：Anh đi thẳng , đến ngã tư, rẽ phải sau đó đi tiếp khoảng 30 mét. Nhà hàng Việt Nam ở bên phải đường.

Người đi đường：Cảm ơn anh! Xin lỗi từ đây tới đó có xa lắm không ạ?

Ba：Không xa lắm. Anh có thể ngồi xe buýt số 2 tới trạm Thanh Xuân thì xuống xe. Nhà Hàng Việt Nam ở đối diện trạm xe.

Người đi đường：Vâng, cảm ơn anh! Chào anh tôi đi nhé!

Ba：Anh đi đường cẩn thận nhé!

中文翻譯

路人：請問越南餐廳在哪？

爸爸：您直走，到十字路口右轉，然後繼續走大約30米，越南餐廳就在馬路右邊。

路人：謝謝您！不好意思，從這裡到那邊很遠嗎？

爸爸：不太遠。您可以坐2號公車到青春站下車。越南餐廳就在車站對面。

路人：好，謝謝您！再見，我走了！

爸爸：走路要小心喔！

會話 2

Người đi đường：Xin lỗi bà. Bà có biết bệnh viện K ở đâu không? Bà làm ơn chỉ giúp đường đến đó.

Bà cụ：Ông đi thẳng đến ngã tư, đi tiếp đến ngã ba, rẽ phải, sau đó đi tiếp một đoạn là tới.

Người đi đường：Cảm ơn bà!

中文翻譯

路人：不好意思，您知道K醫院在哪嗎？麻煩您指引到那邊的路。

老奶奶：您直走到十字路口後，繼續走到三叉路口，右轉，再繼續走一段就到了。

路人：謝謝您！

Ngữ pháp
語法

1. Mẫu câu hỏi địa điểm 詢問地點的問答句型：

(1) Câu nghi vấn 1 疑問句1

　　詢問地點時的疑問句會用「Xin hỏi」（請問）開頭，句尾會使用「đâu」（哪）加上「ở」（在）也就是「ở đâu?」（在哪？）形成疑問句。因此，完整的句型會是「Xin hỏi＋處所名詞＋ở đâu?」。

'Xin hỏi' + danh từ địa điểm + 'ở đâu?'
「Xin hỏi」＋**處所名詞**＋「ở đâu?」

動詞	處所名詞	介詞＋疑問詞
Xin hỏi 請問	nhà hàng Việt Nam 越南餐廳	ở đâu? 在哪？
Xin hỏi 請問	bến tàu 火車站	ở đâu? 在哪？
Xin hỏi 請問	bến xe 車站	ở đâu? 在哪？
Xin hỏi 請問	sân bay 機場	ở đâu? 在哪？

(2) Câu nghi vấn 2 疑問句2

　　「có biết」（知道）＋處所名詞＋「ở đâu không?」（在哪嗎？）詢問地點的句型與中文一樣。

'có biết' + danh từ chỉ nơi chốn + 'ở đâu không?'
「có biết」＋**處所名詞**＋「ở đâu không?」

主詞	動詞	處所名詞	介詞＋疑問詞
Anh 你	có biết 知道	bưu điện 郵局 ngân hàng 銀行 đồn cảnh sát 警察局 nhà vệ sinh 廁所	ở đâu không? 在哪嗎？

2. 'ở đâu?' sử dụng cùng danh từ và động từ
「在哪？」與名詞、動詞結合使用：

「đâu」（哪）放在「ở」（在）介詞後面形成疑問句，不僅可以詢問地點、位置，還常常與表示位置的名詞或動詞，例如「sống」（生活）、「làm việc」（工作）、「học」（學習）等一起使用。

(1) Câu nghi vấn 疑問句

Chủ ngữ+ động từ+ 'ở đâu?' **主語＋動詞＋「ở đâu?」**

主語	動詞	介詞	疑問詞（哪）
Anh 你	sống 生活	ở 在	đâu? 哪？ → 哥哥在哪生活？
Bạn 你/妳	học 學習	ở 在	đâu? 哪？ → 朋友在哪學習？
Cô 妳	làm việc 工作	ở 在	đâu? 哪？ → 姑姑在哪工作？

(2) Trả lời 1 回答1

用連接詞「sau đó」（然後）加上動詞，之後再連接要表達的方向詞。

· Anh đi thẳng về phía trước, **sau đó** rẽ phải là tới.

　你　　一直走　　　往前　　，**然後**　右轉　就到。

→ 你往前一直走，然後右轉就到了。

· Anh đi thẳng về ngã tư, **sau đó** tiếp tục đi thẳng là tới.

　你　　一直走往　十字路口，**然後**　繼續　　　直走　就到。

→ 你往十字路口一直走，然後繼續直走就到了。

· Chị rẽ về bên trái, đi thẳng, **sau đó** rẽ phải là tới.

　妳　轉往　左邊　，　直走　，**然後**　右轉　就到。

→ 妳往左轉直走，然後右轉就到了。

· Chị rẽ về bên phải, đi thẳng một đoạn, **sau đó** rẽ trái là tới.

　妳　轉往　右邊　，　直走　　一段　，**然後**　左轉　就到。

→ 妳往右轉直走一段，然後左轉就到。

(3) Trả lời 2 回答2

Chủ ngữ + động từ + giới từ 'ở' + từ chỉ nơi chốn
主語＋動詞＋介詞「ở」＋處所詞

主語	動詞	介詞	處所詞
Anh 我	sống 生活	ở 在	Đài Bắc. 臺北。→ 我在臺北生活。
Bạn 你	học 學習	ở 在	trường đại học. 大學。→ 你在大學學習。
Cô 妳	làm việc 工作	ở 在	công ty B. B公司。→ 妳在B公司工作。

3. Hỏi và trả lời về tới một địa điểm nào đó để làm gì 詢問及回答到某個地點做什麼：

當詢問某特定對象到某地點做什麼時，會用「主語＋動詞＋地點/指示代詞＋疑問詞」的句型來詢問，而答覆時，則可以用「主語＋動詞＋處所＋目的」來回答。

(1) Câu nghi vấn 疑問句

Chủ ngữ + động từ 'đến' + địa điểm/ đại từ chỉ thị + từ nghi vấn
主語＋動詞「đến」＋地點/指示代詞＋疑問詞

主語	動詞	地點 / 指示代詞	疑問詞（目的）
Anh 你	đến 到	đó 那	làm gì? 做什麼？
Cô 妳	đến 到	công ty 公司	làm gì? 做什麼？
Em 你/妳	đến 到	trường 學校	học gì? 學什麼？
Họ 他們	đến 到	đây 這	có việc gì? 有什麼事？

(2) Trả lời 回答

Chủ ngữ + động từ 'đến' + nơi chốn + mục đích

主語＋動詞「đến」＋處所＋目的

主語	動詞＋處所	目的
Tôi 我	đến đó 到那邊	đặt hàng. 訂貨
Tôi 我	đến công ty Thống Nhất 到統一公司	ký kết hợp đồng. 簽合約

Luyện tập

四

練習

1. Dùng 'Xin hỏi ...... ở đâu?' xem tranh tập nói.
   用「Xin hỏi ...... ở đâu?」看圖說話。

(1) nhà hàng
Việt Nam
越南餐廳

(2) công ty
Thống Nhất
統一公司

(3) chợ
Tân Bình
新平市場

(4) bến tàu
Đài Bắc
台北車站

(5) ngân hàng
銀行

(6) cửa hàng tạp
hóa
雜貨店

(7) bến xe
車站

(8) bến tàu điện
ngầm
捷運站

(9) sân bay
機場

(10) bệnh viện
醫院

(11) bưu điện
郵局

(12) đồn cảnh sát
警察局

(13) cây xăng
加油站

(14) trường học
學校

(15) nhà vệ sinh
廁所

(16) đường cao
tốc
高速公路

Bài 10

161

2. Dùng 'A：Anh/ chị đi tới đó làm gì? B：Tôi tới đó ......'
   xem tranh tập nói.
   用「A：Anh/ chị đi tới đó làm gì? B：Tôi tới đó ......」看圖
   說話。

(1) mua/đặt – phở (2) mua/đặt – mì (3) mua/đặt – bún (4) mua/đặt –
                                                             nước

(5) mua/đặt- hàng (6) mua vé (7) mua xổ số (8) đi họp

3. Dùng 'Xin hỏi ...... ở đâu?' xem tranh tập nói.
   用「Xin hỏi ...... ở đâu?」回答問題。

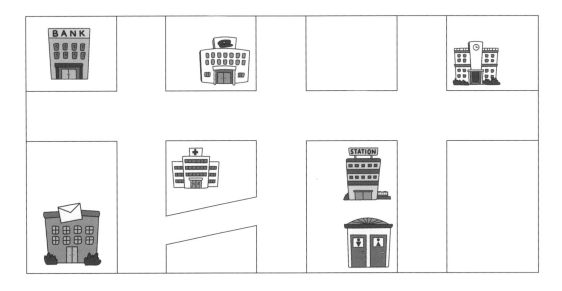

4. Luyện tập : Đặt câu theo mẫu. 請利用下面句型完成句子。

（時間）＋主語＋「đến」（到）＋地點＋動詞＋目的

例：nhà hàng Việt Nam - mua phở

A：Em đến nhà hàng Việt Nam làm gì?
B：Tôi đến nhà hàng Việt Nam mua phở.

(1) công ty thống Nhất -
ký hợp đồng

(2) chợ Tân Bình - đặt hàng

(3) bệnh viện - khám bệnh

(4) Ngân hàng - đổi tiền

(5) đồn cảnh sát - báo án

(6) bưu điện - gửi thư

(7) sân bay - về Đài Loan

(8) bến xe - mua vé xe

(9) bến tàu - đi Đài Bắc

5. Nghe nội dung hội thoại lựa chọn đáp án chính xác.
   聽對話內容，選擇正確答案。 ▶ MP3-102

(1) (   ) A：ngân hàng   B：bách hóa
         C：nhà hàng   D：bưu điện

(2) (   ) A：ngân hàng   B：bách hóa
         C：sân bay   D：cửa hàng

(3) (   ) A：bưu điện   B：cây xăng
         C：bến tàu   D：bến xe

(4) (   ) A：bưu điện   B：cây xăng
         C：bến tàu   D：bến xe

(5) (   ) A：hiệu thuốc   B：ngân hàng
         C：công ty   D：bến tàu

(6) (   ) A：nhà hàng   B：công ty
         C：hiệu thuốc   D：nhà vệ sinh

Giải đáp

解答

四、練習

1. 用「chào」看圖說話。

(2) Cháu chào bà ạ!

(3) Cháu chào chú ạ!

(4) Cháu chào cô ạ!

(5) Em chào cô ạ!

(6) Em chào thầy ạ!

(7) Chào anh.

(8) Chào chị.

(9) Chào Tổng giám đốc.

(10) Chào trưởng phòng.

2. 將單字套進例句，完成對話。

(1)

① Q：Chào ông, xin lỗi ông tên là gì?

A：Tôi tên là Hào.

② Q：Chào bà, xin lỗi bà tên là gì?

A：Tôi tên là Hà.

③ Q：Chào chú, xin lỗi chú tên là gì?

A：Tôi tên là Hạo.

④ Q：Chào cô, xin lỗi cô tên là gì?

A：Tôi tên là Loan.

⑤ Q：Chào anh, xin lỗi anh tên là gì?

A：Tôi tên là Việt.

(2)

① Q：Ông là người nước nào?

A：Tôi là người Việt Nam.

② Q：Bà là người nước nào?

A：Tôi là người Đài Loan.

③ Q：Chú là người nước nào?

A：Tôi là người Nhật Bản.

④ Q：Cô là người nước nào?

A：Tôi là người Việt Nam.

⑤ Q：Anh là người nước nào?

A：Tôi là người Hàn Quốc.

3. 聽對話內容，選擇正確的答案。

<table>
<tr><td>
(1)
A：Xin lỗi, anh tên là gì ạ?
B：Tôi tên là Nam.
Q：Anh ấy tên là gì?
答案：A
</td><td>
(2)
A：Chị là Hà phải không?
B：Không, Tôi là Lan.
Q：Chị ấy tên là gì?
答案：B
</td></tr>
<tr><td>
(3)
A：Ông là người Việt Nam phải
     không?
B：Vâng, tôi là người Việt Nam.
Q：Ông ấy là người nước nào?
答案：A
</td><td>
(4)
A：Đây là cô Lan. Cô ấy là người Việt
     Nam. Kia là Anh Nam, anh ấy là
     người Đài Loan.
Q：Anh Nam là người nước nào.
答案：B
</td></tr>
<tr><td>
(5)
A：Xin lỗi, cô là kế toán phải không?
B：Vâng, tôi là kế toán.
Q：Cô ấy là kế toán phải không?
答案：A
</td><td>
(6)
A：Xin lỗi, thầy tên là Nam phải
     không?
B：Không, tôi tên là Việt.
Q：Thầy ấy tên là gì?
答案：C
</td></tr>
</table>

Bài 2: Giám đốc khỏe không?
第 2 課：經理好嗎？

二、生活與商務會話

▶ 請利用下面句型，並參考插圖完成對話。

句型 1
A：...... khỏe không?
B：...... khỏe, cảm ơn...... . Còn ....?
A：...... vẫn bình thường, cảm ơn.......!

<table>
<tr><td>
(1)
A：Ông khỏe không?
B：Ông khỏe cảm ơn cháu! Còn cháu?
A：Cháu vẫn bình thường, cảm ơn ông!
</td><td>
(2)
A：Anh khỏe không?
B：Anh khỏe cảm ơn em! Còn em?
A：Em vẫn bình thường, cảm ơn anh!
</td></tr>
<tr><td>
(3)
A：Chị khỏe không?
B：Chị khỏe cảm ơn em! Còn em?
A：Em vẫn bình thường, cảm ơn chị!
</td><td>
(4)
A：Bà khỏe không?
B：Bà khỏe cảm ơn cháu! Còn cháu?
A：Cháu vẫn bình thường, cảm ơn bà!
</td></tr>
</table>

句型 2

A：(A, B) khỏe không?
B：(A...) khỏe, còn (B....) không khỏe lắm.

(5)	(6)
A：Ông ấy, bà ấy khỏe không?	A：Chú ấy, cô ấy khỏe không?
B：Ông ấy khỏe, còn bà ấy không khỏe lắm.	B：Chú ấy khỏe, còn cô ấy không khỏe lắm.

四、練習

1. 用「khỏe không?」看圖說話。

　　(1) Ông khỏe không?　　(2) Bà khỏe không?　　(3) Ba khỏe không?

　　(4) Mẹ khỏe không?　　(5) Anh khỏe không?　　(6) Chị khỏe không?

　　(7) Thầy khỏe không?　　(8) Cô khỏe không?　　(9) Cô khỏe không?

　　(10) Chú khỏe không?　　(11) Em khỏe không?　　(12) Bạn khỏe không?

2. 用「...... khỏe. Cảm ơn ......!」看圖說話。

　　(1) Ông khỏe, cảm ơn cháu!　　(2) Bà khỏe, cảm ơn cháu!

　　(3) Mẹ khỏe, cảm ơn con!　　(4) Bố khỏe cảm ơn con!

　　(5) Cháu khỏe, cảm ơn ông!　　(6) Cháu khỏe, cảm ơn bà!

3. 用「...... vẫn bình thường. Cảm ơn ......!」看圖說話。

　　(1) Ông vẫn bình thường. Cảm ơn cháu!

　　(2) Bà vẫn bình thường. Cảm ơn cháu!

　　(3) Mẹ vẫn bình thường. Cảm ơn con!

　　(4) Bố vẫn bình thường. Cảm ơn con!

　　(5) Em vẫn bình thường. Cảm ơn chị!

　　(6) Em vẫn bình thường. Cảm anh!

4. 用「...... không khỏe lắm.」看圖說話。

　　(1) Ông không khỏe lắm.　　(2) Bà không khỏe lắm.

　　(3) Ba không khỏe lắm.　　(4) Mẹ không khỏe lắm.

　　(5) Anh không khỏe lắm.　　(6) Chị không khỏe lắm.

　　(7) Thầy không khỏe lắm.　　(8) Cô không khỏe lắm.

5. 用「Chào .... về nhé!」看圖說話。

　　(1) Chào cháu, bà về nhé!　　(2) Chào tổng giám đốc, em về nhé!

　　(3) Chào cục trưởng, em về nhé!　　(4) Chào trưởng phòng, em về nhé!

　　(5) Chào bà, cháu về nhé!

6. 聽對話內容，選擇正確答案。

(1)	(2)
A：Em khỏe không? B：Em khỏe cảm ơn anh! Q：Em ấy khỏe không? 答案：A	A：Chào anh Minh. Dạo này anh có 　　bận không? B：Anh bình thường. Còn em? A：Em cũng bình thường ạ. Q：Anh Minh dạo này thế nào? 答案：B
(3)	(4)
A：Lâu quá không gặp. Dạo này em 　　có khỏe không? B：Cảm ơn anh! Em bình thường ạ. 　　Còn anh thì sao? A：Anh khỏe. Cảm ơn em! Q：Anh ấy dạo này thế nào? 答案：A	A：Em ốm à? B：Dạ vâng. Dạo này em không khỏe 　　lắm. A：Em ấy khỏe không? 答案：C
(5)	(6)
A：Ông có khỏe không ạ? B：Ông khỏe. Cảm ơn cháu! Còn 　　cháu? A：Cháu cũng khỏe ạ. Q：Ông ấy khỏe không? 答案：A	A：Chào anh. lâu quá không gặp. B：Chào chị cũng lâu quá không gặp 　　chị. Chị dạo này thế nào? A：Tôi bình thường. Q：Chị ấy dạo này thế nào? 答案：B

Bài 3: Tôi là nhân viên bán hàng của công ty.
第 3 課：我是公司的售貨員。

一、基礎發音

▶請聽音檔並選出正確的韻母。

(1) Anh khỏe không?

(2) Cô Hoa khỏe không?

(3) Tôi tên là Hà.

(4) Dạo này bố mẹ bạn khỏe chứ?

(5) Chào cô Hoa.

(6) Tôi về nhé!

(7) Ông chào cháu.

(8) Ông ấy là tài xế.

二、生活與商務會話

▶ 請利用下面句型，參考插圖並完成對話。

句型 1

A：.......... làm nghề gì?
B：Tôi là....................

(1) A：Anh làm nghề gì? B：Tôi là nhân viên.	(2) A：Chị làm nghề gì? B：Tôi là thư ký.
(3) A：Anh làm nghề gì? B：Tôi là kế toán.	(4) A：Anh làm nghề gì? B：Tôi là nhân viên phục vụ.
(5) A：Anh làm nghề gì? B：Tôi là trưởng phòng.	(6) A：Chị làm nghề gì? B：Tôi là phiên dịch.
(7) A：Anh làm nghề gì? B：Tôi là tài xế.	(8) A：Anh làm nghề gì? B：Tôi là nhân viên bán hàng.

句型 2

A：...... làm nghề gì?
B：...... là ......

(1) A：Anh ấy làm nghề gì? B：Anh ấy là nhân viên.	(2) A：Chị ấy làm nghề gì? B：Chị ấy là thư ký.
(3) A：Anh ấy làm nghề gì? B：Anh ấy là kế toán.	(4) A：Anh ấy làm nghề gì? B：Anh ấy là nhân viên phục vụ.
(5) A：Chú ấy làm nghề gì? B：Chú ấy là trưởng phòng.	(6) A：Chị ấy làm nghề gì? B：Chị ấy là phiên dịch.
(7) A：Anh ấy làm nghề gì? B：Anh ấy là tài xế.	(8) A：Anh ấy làm nghề gì? B：Anh ấy là nhân viên bán hàng.

四、練習

1. 請回答問題。（略）

2. 請看圖自我介紹
   (1) Chào ông. Tôi xin tự giới thiệu, tôi là kế toán.
   (2) Chào cô. Tôi xin tự giới thiệu, tôi là tài xế.
   (3) Chào ông. Tôi xin tự giới thiệu, tôi là phiên dịch.
   (4) Chào bà. Tôi xin tự giới thiệu, tôi là thư ký.
   (5) Chào anh. Tôi xin tự giới thiệu, tôi là nhân viên.

3. 請利用下面句型，並參考插圖的提示完成對話。

   (1) ...... là ...... phải không?

   ① Ông là cục trưởng phải không?　② Cô là giáo viên phải không?
   ③ Chú là bác sĩ phải không?　④ Anh là sinh viên phải không?
   ⑤ Chị là nhân viên phải không?　⑥ Cô là phiên dịch phải không?
   ⑦ Em là kế toán phải không?　⑧ Ông là Tổng giám đốc phải không?

   (2) Có phải ...... là ...... không?

   ① Có phải ông là cục trưởng không?　② Có phải cô là giáo viên không?
   ③ Có phải chú là bác sĩ không?　④ Có phải anh là sinh viên không?
   ⑤ Có phải chị là nhân viên không?　⑥ Có phải cô là phiên dịch không?
   ⑦ Có phải em là kế toán không?　⑧ Có phải ông là Tổng giám đốc không ?

   (3) A：......
   　　B：......

   （略）

4. 聽對話內容，選擇正確答案。

(1)	(2)
A：Chào cô Hà, lâu quá không gặp. cô có khỏe không? B：Cảm ơn anh! Tôi khỏe. Bây giờ anh đang làm gì? A：Tôi là kế toán. Còn cô? 　B：Tôi là công nhân. 　Q：Anh ấy làm nghề gì? 答案：A	A：Chào anh Nam. B：Chào cô Hoa. Lâu quá không gặp, dạo này công việc của cô thế nào? A：Công việc của em bình thường ạ. Bây giờ anh đang làm gì? B：Anh là kỹ sư. Q：Công việc của cô ấy thế nào? 答案：B

(3) A：Chào giám đốc. Xin giới thiệu. Đây 　　là cô Hoa. Cô ấy là thư ký mới. B：Chào cô Hoa. Q：Cô ấy làm nghề gì? 答案：C	(4) A：Kia là ai hả chị? B：Kia là anh Hà. Anh ấy là kỹ sư. Q：Anh ấy làm nghề gì? 答案：A

Bài 4: Cô muốn mua gì ạ?
第 4 課：你要買什麼？

一、三個特別的雙母音發音

▶請聽音檔，並選出正確的韻母。

(1) Cô muốn mua gì ạ?

(2) Chiếc váy này đẹp quá.

(3) Tôi xin tự giới thiệu.

(4) Tôi là người Việt Nam.

(5) Đây là danh thiếp của tôi.

(6) Tôi vẫn bình thường.

二、生活與商務會話

▶請利用下面句型，參考插圖並完成對話。

句型 1
A：Chào ....muốn mua gì ạ?
B：Tôi muốn mua ......

(1) A：Chào ông (bà/ cô/ chú/ anh/ chị/ em ...).
　　　Ông (Bà/ Cô/ Chú/ Anh/ Chị/ Em ...) muốn mua gì ạ?
　　B：Tôi muốn mua dép.

(2) A：Chào ông (bà/ cô/ chú/ anh/ chị/ em ...).
　　　Ông (Bà/ Cô/ Chú/ Anh/ Chị/ Em ...) muốn mua gì ạ?
　　B：Tôi muốn mua áo khoác.

(3) A：Chào ông (bà/ cô/ chú/ anh/ chị/ em ...).
　　　Ông (Bà/ Cô/ Chú/ Anh/ Chị/ Em ...) muốn mua gì ạ?
　　B：Tôi muốn mua áo sơ mi.

(4) A：Chào ông (bà/ cô/ chú/ anh/ chị/ em ...).
　　　Ông (Bà/ Cô/ Chú/ Anh/ Chị/ Em ...) muốn mua gì ạ?
　　B：Tôi muốn mua quần soóc.

(5) A：Chào ông (bà/ cô/ chú/ anh/ chị/ em ...).
　　　Ông (Bà/ Cô/ Chú/ Anh/ Chị/ Em ...) muốn mua gì ạ?
　　B：Tôi muốn mua quần dài.
(6) A：Chào ông (bà/ cô/ chú/ anh/ chị/ em ...).
　　　Ông (Bà/ Cô/ Chú/ Anh/ Chị/ Em ...) muốn mua gì ạ?
　　B：Tôi muốn mua váy.
(7) A：Chào ông (bà/ cô/ chú/ anh/ chị/ em ...).
　　　Ông (Bà/ Cô/ Chú/ Anh/ Chị/ Em ...) muốn mua gì ạ?
　　B：Tôi muốn mua giày.
(8) A：Chào ông (bà/ cô/ chú/ anh/ chị/ em ...).
　　　Ông (Bà/ Cô/ Chú/ Anh/ Chị/ Em ...)muốn mua gì ạ?
　　B：Tôi muốn mua bít tất.

句型 2

A：...... muốn mua màu gì?
B：Tôi muốn mua màu ......

(1) A：Ông (Bà/ Cô/ Chú/ Anh/ Chị/ Em ...) muốn mua màu gì?
　　B：Tôi muốn mua màu xanh.
(2) A：Ông (Bà/ Cô/ Chú/ Anh/ Chị/ Em ...) muốn mua màu gì?
　　B：Tôi muốn mua màu đỏ.
(3) A：Ông (Bà/ Cô/ Chú/ Anh/ Chị/ Em ...) muốn mua màu gì?
　　B：Tôi muốn mua màu vàng.
(4) A：Ông (Bà/ Cô/ Chú/ Anh/ Chị/ Em ...) muốn mua màu gì?
　　B：Tôi muốn mua màu đen.
(5) A：Ông (Bà/ Cô/ Chú/ Anh/ Chị/ Em ...) muốn mua màu gì?
　　B：Tôi muốn mua màu trắng.

句型 3

A：...... mặc cỡ nào ạ?
B：Tôi mặc cỡ ......

(1) A：Ông (Bà/ Cô/ Chú/ Anh/ Chị/ Em ...) mặc cỡ nào ạ?　　B:Tôi mặc cỡ S.
(2) A：Ông (Bà/ Cô/ Chú/ Anh/ Chị/ Em ...) mặc cỡ nào ạ?　　B:Tôi mặc cỡ M.
(3) A：Ông (Bà/ Cô/ Chú/ Anh/ Chị/ Em ...) mặc cỡ nào ạ?　　B:Tôi mặc cỡ L.
(4) A：Ông (Bà/ Cô/ Chú/ Anh/ Chị/ Em ...) mặc cỡ nào ạ?　　B:Tôi mặc cỡ XL.
(5) A：Ông (Bà/ Cô/ Chú/ Anh/ Chị/ Em ...) mặc cỡ nào ạ?　　B:Tôi mặc cỡ 2L.

四、練習

1. 用「rất/quá/lắm」看圖說話。

(1) ・Áo khoác này (rất/quá) đẹp. ・Áo khoác này đẹp (quá/lắm).	(2) ・Hàng này (rất/quá) rẻ. ・Hàng này rẻ (quá/lắm).
(3) ・Phở này (rất/quá) ngon. ・Phở này ngon (quá/lắm).	(4) ・Áo này (rất/quá) đẹp. ・Áo này đẹp (quá/lắm).
(5) ・Quần này (rất/quá) dài. ・Quần này dài (quá/lắm).	(6) ・Giày này (rất/quá) đẹp. ・Giày này đẹp (quá/lắm).
(7) ・Bít tất này (rất/quá) rẻ. ・Bít tất này rẻ (quá/ lắm).	(8) ・Trà này (rất/quá) thơm. ・Trà này thơm (quá/lắm).
(9) ・Bún này (rất/quá) ngon. ・Bún này ngon (quá/ lắm).	(10) ・Mì này (rất/quá) ngon. ・Mì này ngon (quá/lắm).
(11) ・Cà phê này (rất/quá) thơm. ・Cà phê này thơm (quá/ lắm).	(12) ・Nước trái cây này (rất/quá) thơm. ・Nước trái cây này thơm (quá/ lắm).

2. 請利用下面句型，參考插圖並完成對話。

(1) A：Chào ông, ông muốn mua gì ạ?　　B：Tôi muốn mua quần soóc.
(2) A：Chào bà, bà muốn mua gì ạ?　　B：Tôi muốn mua áo sơ mi.
(3) A：Chào chú, chú muốn mua gì ạ?　　B：Tôi muốn mua áo khoác.
(4) A：Chào cô, cô muốn mua gì ạ?　　B：Tôi muốn mua quần dài.
(5) A：Chào anh, anh muốn mua gì ạ?　　B：Tôi muốn mua giày.
(6) A：Chào chị, chị muốn mua gì ạ?　　B：Tôi muốn mua váy.
(7) A：Chào em, em muốn mua gì ạ?　　B：Tôi muốn mua bít tất.
(8) A：Chào ông, ông muốn mua gì ạ?　　B：Tôi muốn mua áo sơ mi.

3. 聽對話內容，選擇正確答案。

| (1)
A：Chào anh. Mời anh xem hàng.
B：Cảm ơn cô! Xin hỏi giày này bao
　　nhiêu tiền một đôi?
A：Dạ, 380 Đài tệ một đôi ạ.
Q：Anh ấy muốn mua gì?
答案：A | (2)
A：Chào chị. Chị muốn mua gì ạ?
B：Tôi muốn mua áo sơ mi màu trắng.
　　Xin hỏi có cỡ S không ạ?
A：Dạ, có ạ. Chị đợi một lát ạ.
Q：Câu nào đúng?
答案：A |

(3) A：Chị ơi, cho hỏi cái áo sơ mi này bao nhiêu tiền? B：Bốn trăm nghìn đồng một cái em ạ. A：Em mua một cái ạ. Q：Anh ấy muốn mua gì? 答案：B	(4) A：Đôi bít tất này giá bao nhiêu ạ? B：10 Đài tệ một đôi em ạ. A：Em mua 3 đôi ạ. Q：Bít tất giá bao nhiêu? 答案：C
(5) A：Xin hỏi anh muốn mua gì ạ? B：Tôi muốn mua áo khoác. A：Ở đây rất nhiều mẫu. Anh mặc cỡ bao nhiêu? B：Cỡ M ạ Q：Anh ấy mua cỡ bao nhiêu? 答案：B	(6) A：Chị ơi, cho hỏi có váy màu xanh không chị? B：Có chị ạ? Chị muốn loại vải bông hay vải voan? A：Dạ vải voan, màu xanh cỡ L ạ. Q：Chị ấy mua váy màu gì? 答案：D

Bài 5: Cái này bao nhiêu tiền?
第 5 課：這個多少錢？

一、基礎發音

▶ **請聽音檔，並填入正確的韻母。**

(1) Đây là nước trái cây.

(2) Chào Thừa Hạo.

(3) Dưa hấu này bao nhiêu tiền?

(4) Tôi là tài xế.

(5) Kia là máy điều hòa.

(6) Tôi bị đau mũi.

(7) Chị muốn mua gì?

(8) Bố em khỏe không?

(9) Đấy là đĩa mỳ.

(10) Tôi là người Đài Loan.

▶ 請聽音檔，並填入合適的韻母。

(1) cái này   (2) hôm nay   (3) tối mai
(4) bao nhiêu   (5) muốn mua   (6) thực đơn
(7) bia hơi   (8) đợi một chút   (9) đĩa mì
(10) trái cây   (11) quả táo   (12) cái kia

二、生活與商務會話

▶ 請利用下面句型，並參考插圖完成對話。

句型 1
A：...... này bao nhiêu tiền?
B：...... này giá ......

(1) A：Đôi dép này bao nhiêu tiền?
　　B：Đôi dép này giá 200 Đài tệ.
(2) A：Cái áo khoác này bao nhiêu tiền?
　　B：Cái áo khoác này giá 1.000 Đài tệ.
(3) A：Chiếc áo sơ mi này bao nhiêu tiền?
　　B：Chiếc áo sơ mi này giá 250 Đài tệ.
(4) A：Quần soóc này bao nhiêu tiền?
　　B：Quần soóc này giá 100 Đài tệ.
(5) A：Chiếc quần dài này bao nhiêu tiền?
　　B：Chiếc quần dài này giá 500 Đài tệ.
(6) A：Chiếc váy này bao nhiêu tiền?
　　B：Chiếc váy này giá 2.000 Đài tệ.
(7) A：Đôi giày này bao nhiêu tiền?
　　B：Đôi giày này giá 1.500 Đài tệ.
(8) A：Đôi bít tất này bao nhiêu tiền?
　　B：Đôi bít tất này giá 20 Đài tệ.

句型 2
Hôm nay ...... là khách hàng đầu tiên, bớt ....

(1) Hôm nay ông là khách hàng đầu tiên, bớt ông 20 Đài tệ.
(2) Hôm nay bà là khách hàng đầu tiên, bớt bà 10 Đài tệ.
(3) Hôm nay chú là khách hàng đầu tiên, bớt chú 40 Đài tệ.
(4) Hôm nay cô là khách hàng đầu tiên, bớt cô 100 Đài tệ.
(5) Hôm nay anh là khách hàng đầu tiên, bớt anh 30 Đài tệ.

句型 3

A：...... ơi, cho tôi ....

B：Vâng, ... đợi một chút.

(1) A：<u>Chị</u> ơi, cho tôi <u>đĩa rau</u>.
   B：Vâng, <u>anh (chị / ông / bà/ cô)</u> đợi một chút.

(2) A：<u>Chị</u> ơi, cho tôi <u>bát phở</u>.
   B：Vâng, <u>anh (chị / ông / bà/ cô)</u> đợi một chút.

(3) A：<u>Chị</u> ơi, cho tôi <u>xem thực đơn</u>.
   B：Vâng, <u>anh (chị / ông / bà/ cô)</u> đợi một chút.

(4) A：<u>Chị</u> ơi, cho tôi <u>xem hóa đơn</u>.
   B：Vâng, <u>anh (chị / ông / bà/ cô)</u> đợi một chút.

(5) A：<u>Chị</u> ơi, cho tôi <u>ly trà</u>.
   B：Vâng, <u>anh (chị / ông / bà/ cô)</u> đợi một chút.

(6) A：<u>Chị</u> ơi, cho tôi <u>ly nước trái cây</u>.
   B：Vâng, <u>anh (chị / ông / bà/ cô)</u> đợi một chút.

(7) A：<u>Chị</u> ơi, cho tôi <u>đĩa gỏi cuốn</u>.
   B：Vâng, <u>anh (chị / ông / bà/ cô)</u> đợi một chút.

(8) A：<u>Chị</u> ơi, cho tôi <u>ly bia</u>.
   B：Vâng, <u>anh (chị / ông / bà/ cô)</u> đợi một chút.

四、練習

1. 用「A：...... này bao nhiêu tiền？ B：...... này giá ....」看圖說話。

(1) Bát phở này bao nhiêu tiền? Bát phở này giá <u>40.000 đồng</u>.	(2) Đĩa mì này bao nhiêu tiền? Đĩa mì này giá <u>42.000 đồng</u>.
(3) Đĩa bún này bao nhiêu tiền? Đĩa bún này giá <u>40.000 đồng</u>.	(4) Nước này bao nhiêu tiền? Nước này giá <u>10.000 đồng</u>.
(5) Ly cà phê này bao nhiêu tiền? Ly cà phê này giá <u>45.000 đồng</u>.	(6) Ly trà này bao nhiêu tiền? Ly trà này giá <u>25.000 đồng</u>.
(7) Ly nước trái cây này bao nhiêu tiền? Ly nước trái cây này giá <u>45.000 đồng</u>.	(8) Lô hàng này bao nhiêu tiền? Lô hàng này giá <u>100.000 đồng</u>.

2. 用「...... cho ......」看圖說話

(1) <u>Chị</u> ơi cho tôi <u>hai bát phở</u>.

(2) <u>Chị</u> ơi cho tôi <u>ba bát cơm</u>.

(3) Chị ơi cho tôi một đĩa gỏi cuốn.

(4) Chị ơi cho tôi hai đĩa mì.

(5) Anh ơi cho tôi một đĩa bún.

(6) Anh ơi cho tôi một ly cà phê.

3. 聽對話內容，選擇正確答案。

(1)	(2)
A：Phở này bao nhiêu tiền một bát? B：40.000 đồng một bát. A：Chị cho em hai bát ạ. Q：Cô ấy mua gì? 答案：B	A：Bún này bao nhiêu tiền một cân? B：30.000 đồng cân. A：Chị bán cho em 3 cân ạ. Q：Cô ấy mua mấy cân bún? 答案：C
(3)	(4)
A：Chị ơi, cho em hai đĩa gỏi cuốn, 　　bốn bát phở ạ. Xin hỏi tổng cộng 　　bao nhiêu tiền? B：Phở 40.000 đồng một bát, gỏi 　　cuốn 20.000 một đĩa. Tổng cộng 　　200.000 đồng. Q：Em ấy mua gì? 答案：C	A：Chị ơi ly nước này giá bao nhiêu? B：Ly nước này giá 20.000 đồng. Q：Ly nước giá bao nhiêu? 答案：B
(5)	(6)
A：Xin hỏi một lô hàng có bao nhiêu 　　hộp? B：Một lô hàng có 50 hộp. A：Một hộp có mấy đôi? B：Một hộp có 20 đôi. Q：Một lô hàng có bao nhiêu hộp? 答案：D	A：Đây là vải gì? B：Đây là vải voan. A：Vải voan này đẹp quá. Giá đắt 　　không ạ? B：Bình thường thôi chị ạ. Q：Giá vải voan đắt không? 答案：C

Bài 6: Thủ tục sân bay.
第 6 課：機場登機手續。

二、生活與商務會話

▶ 用「Đây là ...... của tôi.」看圖說話。

(1) Đây là hộ chiếu của tôi.

(2) Đây là thị thực của tôi.

(3) Đây là thẻ lên máy bay của tôi.

(4) Đây là chứng minh thư nhân dân của tôi.

(5) Đây là hành lý của tôi.

(6) Đây là hóa đơn của tôi.

(7) Đây là thẻ hành lý của tôi.

(8) Đây là thẻ tạm trú của tôi.

四、練習

1. 用「Chào ......, xin ...... xuất trình ....」看圖說話。

    (1) Chào ông, xin ông xuất trình hộ chiếu.

    (2) Chào bà, xin bà xuất trình thị thực.

    (3) Chào chú, xin chú xuất trình thẻ lên máy bay.

    (4) Chào cô, xin cô xuất trình chứng minh thư nhân dân.

    (5) Chào anh, xin anh xuất trình hộ chiếu.

    (6) Chào chị, xin chị xuất trình thị thực.

2. 用「Đây là ......」看圖說話。

    (1) Đây là hộ chiếu.

    (2) Đây là thị thực.

    (3) Đây là thẻ lên máy bay.

    (4) Đây là chứng minh thư.

    (5) Đây là hành lý.

    (6) Đây là hóa đơn.

    (7) Đây là thẻ hành lý.

    (8) Đây là thẻ tạm trú.

3. 用「Xin hỏi ...... muốn ...... không?」看圖說話。

    (1) Xin hỏi ông (bà/ cô/ anh/ chị ......) muốn ký gửi hành lý không?

    (2) Xin hỏi ông (bà/ cô/ anh/ chị ......) muốn mua thẻ điện thoại không?

    (3) Xin hỏi ông (bà/ cô/ anh/ chị ......) muốn đổi ngoại tệ không?

    (4) Xin hỏi ông (bà/ cô/ anh/ chị ......) muốn gọi tắc xi không?

4. 用「Xin hỏi ...... uống (ăn) ...... hay ......」看圖說話。

    (1) Xin hỏi ông (bà/ cô/ anh/ chị .....) uống trà hay cà phê?

    (2) Xin hỏi ông (bà/ cô/ anh/ chị .....) uống trà hay nước trái cây?

    (3) Xin hỏi ông (bà/ cô/ anh/ chị .....) uống sữa hay sữa đậu nành?

    (4) Xin hỏi ông (bà/ cô/ anh/ chị .....) uống bia hơi hay rượu?

    (5) Xin hỏi ông (bà/ cô/ anh/ chị .....) ăn mì hay phở?

    (6) Xin hỏi ông (bà/ cô/ anh/ chị .....) ăn gỏi cuốn hay rau?

5. 聽對話內容，選擇正確答案。

(1) A：Anh uống cà phê hay nước ạ? B：Tôi uống cà phê. Q：Anh ấy uống gì? 答案：C	(2) A：Xin anh xuất trình vé lên máy bay. B：Đây là vé của tôi. Q：Anh ấy xuất trình gì? 答案：D
(3) A：Xin hỏi cửa lên máy bay ở đâu? B：Cửa lên máy bay ở kia. Q：Đây là ở đâu? 答案：B	(4) A：Xin chị xuất trình chứng minh thư nhân dân. B：Dạ, đây là chứng minh thư nhân dân của tôi. Q：Đây là cái gì? 答案：B
(5) A：Xin hỏi chị ăn cơm gà hay phở bò? B：Cơm gà. Q：Chị ấy ăn gì? 答案：A	(6) A：Xin hỏi đây là hành lý của ai ạ? B：Đây là hành lý của ông Lâm. Q：Hành lý này của ai? 答案：B

Bài 7: Gọi tắc xi.
第 7 課：叫計程車。

一、基礎發音

▶請聽音檔，並填入正確的韻母。

1. Mở rộng thị trường xuất khẩu x<u>oài</u>.
2. Hàng này được nhập từ nước ng<u>oài</u>.
3. Cái này bao nhiêu ti<u>ền</u>?
4. Rất v<u>ui</u> được làm quen với anh.
5. Xin giới thi<u>ệu</u> ,đây là trưởng phòng.
6. Có mư<u>ời</u> trái táo.

四、練習

1. 用「A：Chào ..... , ... muốn đi đâu? B：...... muốn đi ......」完成對話。

   (1) A：Chào <u>ông (bà/anh/chị/em)</u>, <u>ông (bà/anh/chị/em)</u> muốn đi đâu?
      B：<u>Ông (Bà/Anh/Chị/Em)</u> muốn đi <u>nhà vệ sinh</u>.

   (2) A：Chào <u>ông (bà/anh/chị/em)</u>, <u>ông (bà/anh/chị/em)</u> muốn đi đâu?

B：Ông (Bà/Anh/Chị/Em) muốn đi nhà hàng.

(3) A：Chào ông (bà/anh/chị/em), ông (bà/anh/chị/em) muốn đi đâu?
B：Ông (Bà/Anh/Chị/Em) muốn đi sân bay.

(4) A：Chào ông (bà/anh/chị/em), ông (bà/anh/chị/em) muốn đi đâu?
B：Ông (Bà/Anh/Chị/Em) muốn đi bệnh viện.

(5) A：Chào ông (bà/anh/chị/em, ông (bà/anh/chị/em) muốn đi đâu?
B：Ông (Bà/Anh/Chị/Em) muốn đi bưu điện.

(6) A：Chào ông (bà/anh/chị/em), ông (bà/anh/chị/em) muốn đi đâu?
B：Ông (Bà/Anh/Chị/Em) muốn đi cây xăng.

(7) A：Chào ông (bà/anh/chị/em), ông (bà/anh/chị/em) muốn đi đâu?
B：Ông (Bà/Anh/Chị/Em) muốn đi đồn cảnh sát.

(8) A：Chào ông (bà/anh/chị/em), ông (bà/anh/chị/em) muốn đi đâu?
B：Ông (Bà/Anh/Chị/Em) muốn đi trường học.

(9) A：Chào ông (bà/anh/chị/em), ông (bà/anh/chị/em) muốn đi đâu?
B：Ông (Bà/Anh/Chị/Em) muốn đi khách sạn.

(10) A：Chào ông (bà/anh/chị/em, ông (bà/anh/chị/em) muốn đi đâu?
B：Ông (Bà/Anh/Chị/Em) muốn đi công ty.

(11) A：Chào ông (bà/anh/chị/em), ông (bà/anh/chị/em) muốn đi đâu?
B：Ông (Bà/Anh/Chị/Em) muốn đi ngân hàng.

(12) A：Chào ông (bà/anh/chị/em), ông (bà/anh/chị/em) muốn đi đâu?
B：Ông (Bà/Anh/Chị/Em) muốn đi tiệm cắt tóc.

(13) A：Chào ông/(bà/anh/chị/em), ông (bà/anh/chị/em) muốn đi đâu?
B：Ông (Bà/Anh/Chị/Em) muốn đi siêu thị.

(14) A：Chào ông (bà/anh/chị/em), ông (bà/anh/chị/em) muốn đi đâu?
B：Ông (Bà/Anh/Chị/Em) muốn đi cửa hàng.

(15) A：Chào ông (bà/anh/chị/em), ông (bà/anh/chị/em) muốn đi đâu?
B：Ông (Bà/Anh/Chị/Em) muốn đi bến xe.

(16) A：Chào ông (bà/anh/chị/em), ông (bà/anh/chị/em) muốn đi đâu?
B：Ông (Bà/Anh/Chị/Em) muốn đi bến tàu.

(17) A：Chào ông (bà/anh/chị/em), ông (bà/anh/chị/em) muốn đi đâu?
B：Ông (Bà/Anh/Chị/Em) muốn đi Việt Nam.

(18) A：Chào ông (bà/anh/chị/em), ông (bà/anh/chị/em) muốn đi đâu?
B：Ông (Bà/Anh/Chị/Em) muốn đi Đài Loan.

(19) A：Chào ông (bà/anh/chị/em), ông (bà/anh/chị/em) muốn đi đâu?
B：Ông (Bà/Anh/Chị/Em) muốn đi Nhật Bản.

(20) A：Chào ông (bà/anh/chị/em), ông (bà/anh/chị/em) muốn đi đâu?
B：Ông (Bà/Anh/Chị/Em) muốn đi Hàn Quốc.

2. 用「Có thể thanh toán bằng ......」看圖說話。

(1) Có thể thanh toán bằng cách chuyển khoản.

(2) Có thể thanh toán bằng thẻ ngân hàng.

(3) Có thể thanh toán bằng tiền mặt.

3. 用「Phiền anh dừng ở ......」看圖說話。

(1) Phiền anh dừng ở trước cửa khách sạn.

(2) Phiền anh dừng ở cạnh nhà hàng.

(3) Phiền anh dừng ở gara ô tô.

(4) Phiền anh dừng ở cạnh ngã ba phía trước.

(5) Phiền anh dừng ở ngã tư đằng kia.

(6) Phiền anh dừng ở trong hẻm.

4. 聽對話內容，選擇正確答案

(1)	(2)
A：Chào chị. Chị muốn đi đâu? B：Tôi muốn đến công ty A. Đây là địa chỉ công ty. A：Vâng, mời chị lên xe. Q：Chị ấy muốn đi đâu? 答案：C	A：Tới khách sạn rồi. Bây giờ tôi đỗ xe vào ga ra ô tô. B：Cảm ơn anh. Q：Anh ấy đỗ xe ở đâu? 答案：C
(3)	(4)
B：Tôi muốn tới nhà hàng Việt Nam này. Xin hỏi từ đây đến đó bao nhiêu tiền? A：10 Đô la ạ. Q：Chị ấy muốn đi đâu? 答案：A	A：Chúng ta đang đi trên đường Trần Phú, đi qua cây xăng kia là tới ngân hàng rồi. B：Vâng ạ. Q：Cô ấy đi đâu? 答案：B
(5)	(6)
A：Phiền anh dừng xe ở phía trước siêu thị. Xin hỏi bao nhiêu tiền ạ? B：40.000 đồng ạ. Q：Anh ấy dừng xe ở đâu? 答案：B	A：Anh muốn đi đâu? B：Tôi muốn tới sân bay. A：Vâng, mời anh lên xe. Q：Anh ấy muốn đi đâu? 答案：C

Bài 8: Giới thiệu.
第 8 課：介紹。

四、練習

2. 請利用下面句型，參考插圖並完成對話。

A：Bây giờ ...... đang làm gì?

B：Tôi đang làm ....

(1) A：Bây giờ <u>cô</u> đang làm gì?　　　B：Tôi đang làm <u>giáo viên</u>.
(2) A：Bây giờ <u>anh</u> đang làm gì?　　　B：Tôi đang làm <u>thợ ảnh</u>.
(3) A：Bây giờ <u>anh</u> đang làm gì?　　　B：Tôi đang làm <u>họa sĩ</u>.
(4) A：Bây giờ <u>ông</u> đang làm gì?　　　B：Tôi đang làm <u>công an</u>.
(5) A：Bây giờ <u>ông</u> đang làm gì?　　　B：Tôi đang làm <u>Tổng giám đốc</u>.
(6) A：Bây giờ <u>ông</u> đang làm gì?　　　B：Tôi đang làm <u>cục trưởng</u>.
(7) A：Bây giờ <u>anh</u> đang làm gì?　　　B：Tôi đang làm <u>trưởng phòng</u>.
(8) A：Bây giờ <u>ông</u> đang làm gì?　　　B：Tôi đang làm <u>hiệu trưởng</u>.
(9) A：Bây giờ <u>anh</u> đang làm gì?　　　B：Tôi đang làm <u>nhân viên đưa hàng</u>.
(10) A：Bây giờ <u>cô</u> đang làm gì?　　　B：Tôi đang làm <u>hướng dẫn viên du lịch</u>.
(11) A：Bây giờ <u>cô</u> đang làm gì?　　　B：Tôi đang làm <u>tiếp viên hàng không</u>.
(12) A：Bây giờ <u>anh</u> đang làm gì?　　　B：Tôi đang làm <u>nhân viên bán hàng</u>.
(13) A：Bây giờ <u>anh</u> đang làm gì?　　　B：Tôi đang làm <u>kỹ sư</u>.
(14) A：Bây giờ <u>anh</u> đang làm gì?　　　B：Tôi đang làm <u>công nhân</u>.
(15) A：Bây giờ <u>em</u> đang làm gì?　　　B：Em đang làm <u>sinh viên</u>.
(16) A：Bây giờ <u>chú</u> đang làm gì?　　　B：Chú đang làm <u>hải quan</u>.
(17) A：Bây giờ <u>ông</u> đang làm gì?　　　B：Ông đang làm <u>nông dân</u>.
(18) A：Bây giờ <u>anh</u> đang làm gì?　　　B：Anh đang làm <u>bồi bàn</u>.
(19) A：Bây giờ <u>chú</u> đang làm gì?　　　B：Chú đang làm <u>tài xế(lái xe)</u>.
(20) A：Bây giờ <u>chị</u> đang làm gì?　　　B：Chị đang làm <u>thư ký</u>.
(21) A：Bây giờ <u>anh</u> đang làm gì?　　　B：Tôi đang làm <u>kế toán</u>.
(22) A：Bây giờ <u>anh</u> đang làm gì?　　　B：Tôi đang làm <u>giúp việc</u>.
(23) A：Bây giờ <u>anh</u> đang làm gì?　　　B：Tôi đang làm <u>nhạc sĩ</u>.
(24) A：Bây giờ <u>chị</u> đang làm gì?　　　B：Tôi đang làm <u>ca sĩ</u>.
(25) A：Bây giờ <u>anh</u> đang làm gì?　　　B：Tôi đang làm <u>bác sỹ</u>.
(26) A：Bây giờ <u>chị</u> đang làm gì?　　　B：Tôi đang làm <u>nha sỹ</u>.
(27) A：Bây giờ <u>chị</u> đang làm gì?　　　B：Tôi đang làm <u>y tá</u>.
(28) A：Bây giờ <u>cô</u> đang làm gì?　　　B：Tôi đang làm <u>nhà báo/ phóng viên</u>.
(29) A：Bây giờ <u>ông</u> đang làm gì?　　　B：Tôi đang làm <u>thương nhân</u>.
(30) A：Bây giờ <u>cô</u> đang làm gì?　　　B：Tôi đang làm <u>người mẫu</u>

(31) A：Bây giờ <u>anh</u> đang làm gì?　　B：Tôi đang làm <u>nghiên cứu sinh</u>
(32) A：Bây giờ <u>bà</u> đang làm gì?　　B：Tôi đang làm <u>nội trợ</u>
(33) A：Bây giờ <u>chú</u> đang làm gì?　　B：Tôi đang làm <u>luật sư</u>.
(34) A：Bây giờ <u>em</u> đang làm gì?　　B：Tôi đang làm <u>học sinh</u>.
(35) A：Bây giờ <u>anh</u> đang làm gì?　　B：Tôi đang <u>thợ mộc</u>.
(36) A：Bây giờ <u>chị</u> đang làm gì?　　B：Tôi đang làm <u>trợ lý</u>.

3. **請看圖回答問題。**

> A：Bây giờ là mấy giờ?
> B：Bây giờ là ......

(1) B：Bây giờ là <u>9 giờ đúng</u>.　　　(2) B：Bây giờ là <u>8 giờ 25 phút</u>.
(3) B：Bây giờ là <u>3 giờ đúng</u>.　　　(4) B：Bây giờ là <u>12 giờ</u>.
(5) B：Bây giờ là <u>9 giờ kém 5</u>.　　　(6) B：Bây giờ là <u>3 rưỡi</u>.
(7) B：Bây giờ là <u>5 giờ kém 10</u>.　　(8) B：Bây giờ là <u>6 giờ 30 phút</u>.

4. **聽對話內容，選擇正確答案。**

(1)	(2)
A：Kia là ai ạ?	A：Bây giờ là mấy giờ rồi?
B：Kia là anh Nam, anh ấy là kỹ sư.	B：Bây giờ là 4 rưỡi chiều.
Q：Anh Nam làm nghề gì?	Q：Bây giờ là mấy giờ?
答案：B	答案：C
(3)	(4)
A：Mấy giờ anh đi sân bay?	A：Xin giới thiệu đây là chồng tôi, anh ấy là kế toán của công ty.
B：5 giờ 30 phút chiều.	B：Rất vui được làm quen với anh.
Q：Mấy giờ anh ấy đi sân bay.	Q：Chồng cô ấy làm nghề gì?
答案：A	答案：C
(5)	(6)
A：Công ty anh mấy giờ ăn trưa?	A：Mấy giờ chúng ta tới nhà hàng Việt Nam?
B：Từ 12 giờ trưa.	B：Khoảng 6 giờ tối.
Q：Mấy giờ họ ăn cơm trưa?	Q：Mấy giờ họ tới nhà hàng Việt Nam?
答案：C	答案：A

Bài 9: Đi ngân hàng.
第 9 課：去銀行。

1. 請利用下面句型，參考單字並完成對話。

> A：Chào ......, ... muốn làm thủ tục gì ạ?
> B：Tôi muốn ....

(1) Chào cô. Cô muốn làm thủ tục gì ạ? Tôi muốn gửi tiết kiệm.
(2) Chào anh. Anh muốn làm thủ tục gì ạ? Tôi muốn lĩnh tiền.
(3) Chào chị. Chị muốn làm thủ tục gì? Tôi muốn chuyển khoản.
(4) Chào chị. Chị muốn làm thủ tục gì ạ? Tôi muốn mở tài khoản.
(5) Chào ông. Ông muốn làm thủ tục gì ạ? Tôi muốn đổi tiền.

2. 請利用下面句型，參考單字並完成句子。

(1) ...... có muốn mở .... không?
　① Anh (Chị/ Ông/ bà ...) có muốn mở ngân hàng số không?
　② Anh (Chị/ Ông/ bà ...) có muốn mở chuyển khoản qua mạng không?

(2) Tôi muốn đổi ...... sang ....
　① Tôi muốn đổi Đô la sang tiền Việt.
　② Tôi muốn đổi Nhân Dân Tệ sang tiền đô.
　③ Tôi muốn đổi Bảng Anh sang tiền Nhân Dân Tệ.
　④ Tôi muốn đổi Won Hàn Quốc sang Bảng Anh.

(3) Tỷ giá hối đoái hôm nay là ...... đổi ....
　① Tỷ giá hối đoái hôm nay là 1 Đô la Mỹ đổi 27.660 đồng Việt Nam.
　② Tỷ giá hối đoái hôm nay là 1 Đài tệ đổi 800 đồng Việt Nam.
　③ Tỷ giá hối đoái hôm nay là 1 Bảng Anh đổi 17.680 đồng Việt Nam.
　④ Tỷ giá hối đoái hôm nay là 1 Nhân dân tệ đổi 3. 607 đồng Việt Nam.
　⑤ Tỷ giá hối đoái hôm nay là 1 Won Hàn Quốc đổi 21.05 đồng Việt Nam.

(4)

> A：Xin ...... đưa .... cho tôi
> B：Đây là ...... của tôi.

① A：Xin anh (chị/ ông/ bà) đưa hộ chiếu cho tôi.
　B：Đây là hộ chiếu của tôi.
② A：Xin anh (chị/ ông/ bà) đưa giấy tờ tùy thân cho tôi.
　B：Đây là giấy tờ tùy thân của tôi.
③ A：Xin anh (chị/ ông/ bà) đưa chứng minh thư nhân dân cho tôi.
　B：Đây là chứng minh thư nhân dân của tôi.

3. 聽對話內容，選擇正確答案。

(1)	(2)
A：Xin hỏi cô muốn làm thủ tục gì? B：Tôi muốn mở tài khoản qua mạng. Q：Cô ấy muốn làm thủ tục gì? 答案：D	A：Cô ơi, tôi muốn đổi tiền Việt sang tiền Đô la. Xin hỏi tỷ giá ngoại tệ ngày hôm nay. B：1 Đô la đổi 21.000 đồng. Q：Cô ấy đổi sang ngoại tệ gì? 答案：B
(3)	(4)
A：Xin hỏi tỷ giá hối đoái tuần trước là bao nhiêu? B：Tỷ giá hối đoái tuần trước cao hơn tuần này. 1 đô la đổi 21 000 đồng. Tuần này 1 đô la đổi 20 000 đồng. Q：Tỷ giá hối đoái tuần trước là bao nhiêu? 答案：B	A：Chào anh. Anh muốn làm thủ tục gì? B：Tôi muốn mua ngoại tệ. Xin hỏi tỷ giá Yên Nhật hôm nay là bao nhiêu? Q：Anh ấy muốn mua ngoại tệ gì? 答案：D
(5)	(6)
A：Xin hỏi tỷ giá Nhân Dân tệ ngày hôm nay là bao nhiêu? B：3.600 đồng mua 1 Nhân dân tệ. Q：Anh ấy đổi ngoại tệ gì? 答案：C	A：Anh có mua ngoại tệ không? Tỷ giá ngoại tệ tuần này cao hơn tuần trước. B：Tôi không mua. Q：Anh ấy có mua ngoại tệ không? 答案：B

Bài 10: Xin hỏi, nhà hàng Việt Nam ở đâu?
第 10 課：請問，越南餐廳在哪裡？

一、基礎發音

▶ **請聽音檔，並填入正確的韻母。**

(1) Cô Hồng tới thăm Tổng giám đốc.

(2) Chị Thân là công nhân.

(3) Anh Toàn là kế toán.

(4) Cô bé mặc áo hoa kia trông mặt rất dễ thương.

(5) Anh Hoàng không đi học vì có cuộc họp

(6) Bác Hai vay tôi chín nghìn.

(7) Anh Tình mua máy vi tính.

四、練習

1. 用「Xin hỏi ...... ở đâu?」看圖說話。

　　(1) Xin hỏi nhà hàng Việt Nam ở đâu?　　(2) Xin hỏi công ty Thống Nhất ở đâu?

　　(3) Xin hỏi chợ Tân Bình ở đâu?　　(4) Xin hỏi bến tàu Đài Bắc ở đâu?

　　(5) Xin hỏi ngân hàng ở đâu?　　(6) Xin hỏi cửa hàng tạp hóa ở đâu?

　　(7) Xin hỏi bến xe ở đâu?　　(8) Xin hỏi bến tàu điện ngầm ở đâu?

　　(9) Xin hỏi sân bay ở đâu?　　(10) Xin hỏi bệnh viện ở đâu?

　　(11) Xin hỏi bưu điện ở đâu?　　(12) Xin hỏi đồn cảnh sát ở đâu?

　　(13) Xin hỏi cây xăng ở đâu?　　(14) Xin hỏi trường học ở đâu?

　　(15) Xin hỏi nhà vệ sinh ở đâu?　　(16) Xin hỏi đường cao tốc ở đâu?

2. 用「A：Anh/ chị đi tới đó làm gì?　B：Tôi tới đó ......」看圖說話。

　　(1) Tôi tới đó mua phở.　　(2) Tôi đến đó mua mì.

　　(3) Tôi đến đó đặt bún.　　(4) Tôi đến đó đặt nước.

　　(5) Tôi đến đó đặt hàng.　　(6) tôi đến đó mua vé.

　　(7) Em tới đó mua xổ số.　　(8) Chúng tôi tới đó đi họp ạ.

3. 用「Xin hỏi ...... ở đâu?」回答問題。(略)

4. 請利用下面句型完成句子。

　　(1) Chị đến công ty thống nhất làm gì? Tôi đến đó ký hợp đồng.

　　(2) Ông đến chợ Tân Bình làm gì? Ông đến đó đặt hàng.

　　(3) Em đến bệnh viện làm gì? Em đến bệnh viện khám bệnh.

　　(4) Cô đến ngân hàng làm gì? Tôi đến ngân hàng đổi tiền.

　　(5) Chú đến đồn cảnh sát làm gì? Tôi đến đồn cảnh sát báo án.

　　(6) Em đến bưu điện làm gì? Em tới đó gửi thư.

　　(7) Ông tới sân bay làm gì? Tôi đến đó về Đài Loan.

　　(8) Em đến bến xe làm gì? Em tới đó mua vé xe.

　　(9) Chị tới bến tàu làm gì? Chị đến đó đi Đài Bắc.

5. 聽對話內容，選擇正確答案。

(1)	(2)
A：Chị có biết ngân hàng Việt Nam ở đâu không? B：Chị ngồi tàu điện ngầm tuyến màu đỏ tới trạm Bách hóa Sogo là tới. Q：Chị ấy đi đâu? 答案：A	A：Chị ơi cho tôi hỏi sân bay Tân Sơn Nhất ở đâu ạ? B：Anh lái xe thẳng về phía trước qua đường cao tốc, sau đó tiếp tục đi 100 mét là tới. Q：Anh ấy đi đâu? 答案：C

(3)	(4)
A：Chị chỉ giúp em đường đến bến xe Mỹ Đình ạ. B：Em rẽ phải , tiếp tục đi đến ngã tư, sau đó rẽ trái. Bến xe Mỹ Đình ở đối diện bưu Điện Hà Nội. Q：Em ấy đi đâu? 答案：D	A：Xin hỏi gần đây có cây xăng không ạ? B：Chú đi thẳng về phía trước ,sau đó rẽ phải. Cây xăng ở cạnh bưu điện. Q：Chú ấy đi đâu? 答案：B
(5)	(6)
A：Tôi muốn mua thuốc. Anh biết hiệu thuốc ở đâu không? B：Không xa lắm. Chị đi tới ngã ba đằng kia sau đó rẽ trái là tới. Q：Chị ấy đi đâu? 答案：A	A：Xin hỏi nhà vệ sinh ở đâu ạ? B：Anh đi thẳng về phía trước sau đó nhìn thấy siêu thị. Nhà vệ sinh ở bên trong siêu thị. Q：Anh ấy đi đâu? 答案：D

Bảng từ vựng
生詞索引

A

anh	名詞	哥哥	B1
ai	代詞	誰	B2
áo khoác	名詞	外套	B4
áo sơ mi	名詞	襯衫	B4

B

bà	名詞	女士（尊重）/奶奶	B1
bác	名詞	伯伯	B1
bố/ba	名詞	爸爸	B1
bình thường	形容詞	一般	B2、B5
bận	形容詞	忙	B2
bao nhiêu	代詞	多少/幾	B3
bây giờ	副詞	現在	B3、B8
bận	形容詞	忙	B3
bít tất	名詞	襪子	B4
bông	名詞	棉	B4
bán chạy	形容詞	暢銷	B4
bún	名詞	米線	B4
bớt	動詞	減少	B5
bát	名詞	碗	B5
bàn ăn	名詞	餐桌	B5
bán	動詞	賣	B5
ba	數字	3	B5
bốn	數字	4	B5
bảy	數字	7	B5
ba mươi	數字	30	B5
bốn mươi	數字	40	B5
bảy mươi	數字	70	B5
bia	名詞	啤酒	B5
bên trái	方位名詞	左邊	B7
bên trên	方位名詞	上面	B7
bên trong	方位名詞	裡面	B7
bên cạnh	方位名詞	旁邊	B7
bên phải	方位名詞	右邊	B7
bên dưới	方位名詞	下面	B7

C

CH

cháu	名詞	孫子	B1
chào	動詞	問好	B1
chỗ	名詞	坐位	B5
chín	數字	9	B5
chín mươi	數字	90	B5
chỗ ngồi	名詞	座位	B6
chỗ gần cửa sổ	名詞	靠窗座位	B6
chỗ gần lối đi	名詞	靠走道座位	B6
chơi	動詞	玩	B6
chứng minh thư	名詞	身分證	B6
chồng	名詞	丈夫	B8
chiều	時間名詞	下午	B8
chuyển khoản	動詞	轉帳	B9
chưa cần	副詞	還沒	B9
chút nữa	時間名詞	等一會	B9
chợ Tân Bình	名詞	新平市場	B10
chỉ ... đường	詞組	指……路	B10
D			
dạo này	時間名詞	最近	B2、B3
danh thiếp	名詞	名片	B3
dài	形容詞	長	B4
dép	名詞	拖鞋	B4
du lịch	動詞	旅遊	B6
du học	動詞	遊學	B6
dây an toàn	名詞	安全帶	B7
dừng/đỗ	動詞	停	B7
Đ			
Đài loan	名詞	臺灣	B1
đây	代詞	這	B1
được	副詞/動詞	能夠、可以	B1、B4
đang	副詞	正在	B3
đặt	動詞	訂	B4
đen	形容詞	黑	B4
đẹp	形容詞	漂亮	B4
đỏ	形容詞	紅	B4

GI

giáo viên	名詞	教師	B3
giày	名詞	鞋子	B4
giá	名詞	價格	B5
giây	時間名詞	秒	B8
giờ	時間名詞	點、時	B8
giấy tờ tùy thân	名詞	隨身文件	B9

H

Hàn Quốc	名詞	韓國	B1
hẹn gặp lại	慣用語	再會	B2
họ	代詞	他們	B2
hàng	名詞	貨	B4
hai	數字	2	B5
hai mươi	數字	20	B5
hai mươi mốt	數字	21	B5
hai mươi hai	數字	22	B5
hai mươi ba	數字	23	B5
hai mươi tư	數字	24	B5
hai mươi lăm	數字	25	B5
hai mươi sáu	數字	26	B5
hai mươi bảy	數字	27	B5
hai mươi tám	數字	28	B5
hai mươi chín	數字	29	B5
hàng ăn	名詞	餐廳	B5
hộ chiếu	名詞	護照	B6
hành lý	名詞	行李	B6
hay	連接	或是、還是	B6
hành lý ký gửi	名詞	託運行李	B6
hành lý xách tay	名詞	手提行李	B6
hóa đơn	名詞	收據	B6
hôm nay	時間詞	今天	B8
hôm qua	時間詞	昨天	B8
hơn (cao hơn)	程度副詞	更高	B9
hôm kia	時間名詞	前天	B9
hôm kìa	時間名詞	大前天	B9
hiệu thuốc	名詞	藥局	B10

K

kia	代詞	那	B1
kế toán	名詞	會計	B1、B3
kỹ sư	名詞	工程師	B3
ký gửi	動詞	託運	B6
kiểm tra vé	詞組	驗票	B6
ký hợp đồng	動詞	簽合約	B6
kiến trúc sư	名詞	建築師	B8
kế toán	名詞	會計	B8
kém	時間詞	差	B8

KH

khỏe	形容詞	健康	B2
không khỏe lắm	副詞組	不太好	B2
không	副詞	不	B2
không	助詞	嗎	B2
khách sạn	名詞	旅館	B5、B7
không đắt	形容詞	不貴	B5
khó chịu	形容詞	難受	B7
khoảng	副詞/名詞	大約	B8、B10
khám bệnh	動詞/名詞	看病	B10

L

là	動詞	是	B1
lâu quá không gặp	慣用語	好久不見	B1、B3
làm quen	動詞	認識	B1
làm nghề	詞組	做……職業	B3
loại vải	名詞	布料	B4
làm ăn	動詞	做生意	B6
lên máy bay	詞組	上飛機	B6
là tới	詞組	就到	B7
lên	動詞	上	B7
lấy	動詞	拿	B7
làm ơn	動詞	麻煩	B7
lúc nãy	時間名詞	剛剛/剛才	B9
lát nữa	時間名詞	等一下	B9

M

mẹ	名詞	媽媽	B1
mệt	形容詞	累	B2
màu	名詞	顏色	B4
muốn	動詞	要	B4
mua	動詞	買	B4
mặc	動詞	穿	B4
mì	名詞	麵	B4
mua	動詞	買	B5
mắc/đắt	形容詞	貴	B5
một chút	名詞	一下	B5
muốn	動詞	要	B5
một	數字	1	B5
mười	數字	10	B5
mười một	數字	11	B5
mười hai	數字	12	B5
mười ba	數字	13	B5
mười bốn	數字	14	B5
mười lăm	數字	15	B5
mười sáu	數字	16	B5
mười bảy	數字	17	B5
mười tám	數字	18	B5
mười chín	數字	19	B5
một trăm	數字	100	B5
một trăm linh năm	數字	105	B5
một trăm lẻ năm	數字	105	B5
một trăm mười lăm	數字	115	B5
một nghìn	數字	1.000	B5
một ngàn	數字	1.000	B5
mười nghìn	數字	10.000	B5
một trăm nghìn	數字	100.000	B5
một triệu	數字	1.000.000	B5
mười triệu	數字	10.000.000	B5
một trăm triệu	數字	100.000.000	B5
một tỉ	數字	1.000.000.000	B5
mười tỉ	數字	10.000.000.000	B5

mấy	疑問詞	幾	B8
mạng	名詞	網路	B9
mở	動詞	（開）通	B9
một đoạn	名詞	一段	B10

N

nước	名詞	國	B1
nào	疑問詞	哪	B1
nước	名詞	水	B5
nước trái cây	名詞	果汁	B5
năm	數字	5	B5
năm mươi	數字	50	B5
năm	時間名詞	年	B9
năm nay	時間名詞	今年	B9
năm ngoái	時間名詞	去年	B9
năm sau	時間名詞	明年	B9
năm sau nữa	時間名詞	兩年後	B9
năm ngoái/ năm trước	時間名詞	去年	B9

NG

Ngô Thừa Hạo	名詞	吳承豪	B1
người	名詞	人	B1
Nguyễn Việt Hà	名詞	阮越河	B1
ngày trước	時間名詞	之前	B3
ngắn	形容詞	短	B4
ngoại tệ	名詞	外幣	B6、B9
ngay	副詞	馬上	B8
ngày	時間名詞	日	B8、B9
ngày mai	時間名詞	明天	B8
ngày kia	時間名詞	後天	B9
ngày kìa	時間名詞	大後天	B9
ngân hàng	名詞	銀行	B10

NH

Nhật Bản	名詞	日本	B1
nhé	語助詞	喔	B2
nhân viên bán hàng	名詞	售貨員	B3
nhân viên phục vụ	名詞	服務員	B3
nhỏ	形容詞	小	B4

nhà vệ sinh	名詞	廁所	B5
nhà hàng	名詞	餐廳	B5
nhận	動詞	收	B7
nhà báo	名詞	記者	B8
nhà văn	名詞	作者	B8
nhân viên đưa hàng	名詞	送貨員	B8
Nhân Dân Tệ	名詞	人民幣	B9
nhà hàng Việt Nam	名詞	越南餐廳	B10
O			
ông	名詞	先生（尊重）/阿公	B1
ốm	形容詞	生病	B2
ở	連接詞/介詞	在	B4、B10
PH			
phải không	疑問代詞	是嗎	B1
phiên dịch	名詞/動詞	翻譯	B3、B8
phở	名詞	河粉	B5
phiền	動詞	麻煩	B7
phiên dịch	名詞/動詞	翻譯	B8
phóng viên	名詞	記者	B8
phút	時間名詞	分	B8
phiền	動詞	麻煩	B9
phải	形容詞	右邊	B10
phía trước	地點名詞	前面	B10
phía sau	地點名詞	後面	B10
Q			
quần dài	名詞	長褲	B4
quần soóc	名詞	短褲	B4
quẹt	動詞	刷	B7
quá	副詞	很/極了/太/得不得了	B9
R			
rất	副詞	很高興	B1
rẻ	形容	便宜	B4
rộng	形容詞	寬	B4
rau	名詞	菜	B5
rẻ	形容詞	便宜	B5
rưỡi	時間名詞	半	B8

rút tiền	動詞/名詞	取錢	B9
rồi	時間名詞	了	B9
rạp chiếu phim	名詞	電影院	B10
rẽ	動詞	轉	B10

S

số điện thoại	名詞	電話號碼	B3
sân bay	名詞	機場	B5、B6、B10
sáu	數字	6	B5
sáu mươi	數字	60	B5
sau	方位詞	後	B7
sẽ	副詞	將	B7
sáng	時間名詞	早上	B8
sinh viên	名詞	大學生	B8
sau đó	連接詞	然後	B10

T

tên	名詞	名字	B1
tôi	代詞	我	B1
Tổng giám đốc	名詞	總經理	B1
tài xế	名詞	司機	B3
tự giới thiệu	名詞/動詞	自我介紹	B3
tạm	形容詞	不錯	B5
tám	數字	8	B5
tám mươi	數字	80	B5
tính	動詞	算	B5
tài xế	名詞	司機	B7
tiền mặt	名詞	現金	B7
từ ... đến	句型	從……到……	B7
túi nôn	名詞	嘔吐袋	B7
tiếp viên hàng không	名詞	空服員	B8
tối	時間名詞	晚上	B8
tài khoản	名詞	帳戶	B9
tỉ giá hối đoái	名詞	匯率	B9
tiền Việt	名詞	越南盾	B9
tuần	時間名詞	星期	B9
tuần sau	時間名詞	下星期	B9
tuần trước	時間名詞	上星期	B9

tuần trước nữa	時間名詞	兩週前	B9
tuần này	時間名詞	這星期	B9
tàu điện ngầm	名詞	捷運	B10
tàu thủy	名詞	船	B10
tàu hỏa	名詞	火車	B10
tiếp	副詞	繼續	B10

TH

thế nào	代詞/疑問詞	怎麼樣	B2、B3
thư ký	名詞	祕書	B3
thực đơn	名詞	菜單	B5
thăm người thân	動詞	探親	B6
thẻ điện thoại	名詞	電話卡	B6
thẻ hành lý	名詞	行李託運卡	B6
thẻ lên máy bay	名詞	登機證	B6
thẻ tạm trú	名詞	居留證	B6
thị thực	名詞	簽證	B6
thủ tục	動詞	手續	B6
thanh toán	動詞	付款	B7
thẻ	名詞	卡	B7
thư ký	名詞	祕書	B8
tháng này	時間名詞	這個月	B9
thủ tục	名詞	手續	B9
tháng	時間名詞	月	B9
tháng trước	時間名詞	上個月	B9
tháng trước nữa	時間名詞	兩個月前	B9
tháng sau	時間名詞	下個月	B9
tháng sau nữa	時間名詞	兩個月後	B9
thẳng	形容詞	直	B10

TR

trưởng phòng	名詞	課長	B1
trung học	名詞	學校	B3
trường	名詞	校	B3
trắng	形容	白	B4
trả lại	動詞	還/找（錢）	B5
trà	名詞	茶	B5
trà sữa trân châu	名詞	珍珠奶茶	B5

國家圖書館出版品預行編目資料

\---

越南語，越說越上口！〈初級〉/ 裴氏越河著
-- 初版 -- 臺北市：瑞蘭國際, 2021.08
208面；19 × 26公分 --（外語學習系列；95）
ISBN：978-986-5560-26-3（平裝）
1.越南語 2.讀本

\---

803.798   110010655

外語學習系列95

越南語，越說越上口！〈初級〉

作者｜裴氏越河
責任編輯｜潘治婷、王愿琦
校對｜裴氏越河、潘治婷、王愿琦

越南語錄音｜裴氏越河、Katie Juan、Banjamin Chen
錄音室｜采漾錄音製作有限公司
封面設計、版型設計、內文排版｜陳如琪
美術插畫｜KKDRAW

瑞蘭國際出版
董事長｜張暖彗・社長兼總編輯｜王愿琦
編輯部
副總編輯｜葉仲芸・主編｜潘治婷
設計部主任｜陳如琪
業務部
經理｜楊米琪・主任｜林湲洵・組長｜張毓庭

出版社｜瑞蘭國際有限公司・地址｜台北市大安區安和路一段104號7樓之一
電話｜(02)2700-4625・傳真｜(02)2700-4622・訂購專線｜(02)2700-4625
劃撥帳號｜19914152 瑞蘭國際有限公司
瑞蘭國際網路書城｜www.genki-japan.com.tw

法律顧問｜海灣國際法律事務所　呂錦峯律師

總經銷｜聯合發行股份有限公司・電話｜(02)2917-8022、2917-8042
傳真｜(02)2915-6275、2915-7212・印刷｜科億印刷股份有限公司
出版日期｜2021年08月初版1刷・定價｜450元・ISBN｜978-986-5560-26-3
　　　　　2024年08月二版1刷

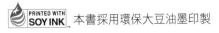
本書採用環保大豆油墨印製

瑞蘭國際